லக்ஷ்மி சிவக்குமார்

பெயர் சிவக்குமார். அம்மா பெயர் சுப்புலஷ்மி. தஞ்சாவூரில் வசிக்கிறார். தமிழ்நாடு அரசு போக்குவரத்துக் கழகத்தில் நடத்துனராக பத்தாண்டுகள் பணியாற்றிய இவர் தற்போது லக்ஷ்மி சிவக்குமார் எனும் பெயரில் எழுதிக்கொண்டிருக்கிறார். இதுவரை 'இப்படிக்கு... கண்ணம்மா', 'நியமம்' ஆகிய நாவல்களும் 'லங்கூர்' என்னும் சிறுகதைத் தொகுப்பும் வெளிவந்திருக்கின்றன.

போர்த்துகீசியனின் விரல்கள்

லக்ஷ்மி சிவக்குமார்

எதிர் வெளியீடு

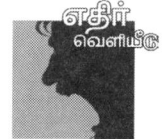

போர்த்துகீசியனின் விரல்கள்
நாவல்
லக்ஷ்மி சிவக்குமார்

முதல் பதிப்பு: ஜனவரி 2020
எதிர் வெளியீடு,
96, நியூ ஸ்கீம் ரோடு, பொள்ளாச்சி – 642 002.
தொலைபேசி: 04259 – 226012, 99425 11302.

விலை: ரூ. 120

Porthugeesiyanin Viralkal
Novel
Lakshmi Sivakumar

Copyright © Lakshmi Sivakumar

First Edition: January 2020

Published by
Ethir Veliyeedu, 96, New Scheme Road. Pollachi - 642 002.
Email: ethirveliyedu@gmail. com
www. ethirveliyedu. in

Price: ₹ 120

Wrapper Design: Santhosh Narayanan
ISBN: 978-93-87333-74-1
Printed at Jothy Enterprises, Chennai.

All rights reserved. No part of this book may be reprinted or reproduced or utilised in any form or by any electronic, mechanical or other means, now known or hereafter invented, including photocopying and recording, or in any information storage or retrieval system, without permission in writing from the Publisher.

"இந்த நாவலை நகர்த்திக்கொண்டு போகும் ஆல்ஃபிரடோ எனும் பாத்திரம் என் அப்பாவை மனதில் வைத்து எழுதப்பட்டதால் இதை அவருக்கு சமர்ப்பிக்கிறேன்"

நன்றி

"என் இருப்பிலும் செயல்பாட்டிலும் துணை நின்ற, நிற்கின்ற அத்தனை பேரையும் பெருமையுடன் நினைத்துக் கொள்கிறேன்"

I DARE YOU...

அன்றைக்கு அவனுக்கு ஒரு புதிய எண்ணிலிருந்து அழைப்பு வந்தது. எடுத்தவன், முதல் வார்த்தையைப் பேசியதோடு சரி. பிறகு எதுவும் பேசவில்லை. மொபைலை காதிலிருந்து எடுக்கவுமில்லை. எனக்குப் புரிந்துவிட்டது. யாரோ யாருக்கோ அழைத்தது இவனது எண்ணுக்கும் தொடர்பை ஏற்படுத்தியிருக்கிறதென்று! ஃபோனில் உரையாடியது இருவரதுமே பெண் குரல்தான். அதிலொரு பெண் கேட்டார்.

"மரணிக்க வாய்க்காத நினைவுகளைச் சுமப்பவரது பயணம் எங்கே முடிகிறது?"

"இந்தக் கேள்விக்குறி முடியக்கூடிய இடத்தில் பிராணவாயு இருக்காதென்று நிச்சயமாகச் சொல்லலாம். ஆக அங்கேதான் முடிகிறது" என்றார் இன்னொரு பெண்.

"ஆனால் எழுதக்கூடியவருக்கு அனைத்தையுமே எழுதிக் கடந்துவிடக்கூடிய சலுகையுண்டு தெரியுமா?"

"தெரியும். ஒருவகையில் அது உண்மைதான்."

"பத்து வயதில் தன் தந்தையைப் பறிகொடுத்த சிறுவனை எனக்குத் தெரியும். அந்த மழை நாளில் சேறும் சகதியுமாக வழுக்கக்கூடிய மயானப் பாதையில் முன்னால் கவனமாக நடந்த ஒருவர், பின்னால் வரக்கூடியவர்களிடம், 'கால் கட்டை விரலை ஊன்றி நடந்து வாருங்கள். அப்போதுதான் வழுக்காது' என்று சொல்லிக்கொண்டே போனார். அந்தச் சிறுவன் அப்போது அதைப் பரிசோதித்துப் பார்த்தான். இப்படி ஒரு சிறுகதை ஆரம்பிக்கிறது. அதை எழுதியது யார் தெரியுமா உனக்கு?"

"இல்லை. நான் அப்படியொரு கதையை வாசிக்கவில்லை."

"முப்பது வயதிற்குட்பட்ட அந்த இளைஞன் என் நண்பருக்கு மிக நெருக்கமானவன். பைக்கிலிருந்து விழுந்த அவனுக்கு முதுகில் அடிபட்டு அப்போது மருத்துவமனையில் இருந்தான். நிசப்தமான அந்த அறையின் சன்னல் வழியே நாங்கள் பார்த்தபோது, அவனைப் பரிசோதித்துக் கொண்டிருந்த மருத்துவர், அவனது கால் கட்டை விரலை அசைக்கச் சொன்னார். படுத்திருந்த

அவன் தன் தலையையுயர்த்தி விரல்களைப் பார்த்துக்கொண்டே இருந்தான். மூளையிலிருந்து அவன் எழுப்பும் கட்டளை அந்தக் கட்டை விரலுக்குச் செல்லவில்லை. அந்த மருத்துவர் மறுபடி மறுபடி அவனிடம் கட்டை விரலை அசைத்துக் காட்டச் சொல்லிக்கொண்டே இருந்தார். சிறிது நேர முயற்சிக்குப் பின் அவன் உதட்டைப் பிதுக்கிவிட்டான். இன்னொரு சிறுகதை இப்படி முடியும். இந்தக் கதையைப் படித்திருக்கிறாயா?"

"இல்லை."

"நம் உடலில் ஒவ்வொரு அவையமும் முக்கியமானதுதான். யாருக்கு எது குறையோ அது அவரவருக்குப் பெரிது. இடது காலில் இரண்டு விரல்கள் மட்டுமே உடைய நியூஸிலாந்து கிரிக்கெட் ஆட்டக்காரனைப் பற்றி நான் கேள்விப் பட்டிருக்கிறேன். மட்டை வீசுவதில் தேர்ந்தவன். இன்றைக்கும் அவன் அந்த அணியின் முதல் வரிசை ஆட்டக்காரன். 'மார்ட்டின் குப்தில்' எனும் அவனது விளையாட்டை நான் விரும்பிப் பார்ப்பதுண்டு. நான் அவனைப்பற்றி அதிகம் சிந்திப்பதுமுண்டு. விளையாட்டு என்றால் ஓடவேண்டும். ஓடுவதற்கு கால்கள் மட்டுமா முக்கியம்? உந்து விசையைத் தருவதும், நிலைப்புத் தன்மையைத் தருவதும், மூளையுடன் நேரடித் தொடர்பிலிருந்து கட்டளையை ஏற்பதுமென விரல்களும் அத்தனை முக்கியமானவைதான். ஆக... இப்படியான சவாலுள்ள ஒரு வீரனை ஏதேனுமொரு விளையாட்டுடன் பொருத்திப் பார்க்க வேண்டுமென்பதுதான் என் முடிவு. அவ்வாறு உருவாக்கிக்கொண்டதுதான் இந்த நாவல். ஒரு எழுத்தாளரது முன்னுரை இது. இந்த நாவலின் பெயரைக் கேள்விப்பட்டதுண்டா நீ?"

"ஆமாம். நான் அந்த நாவலைப் படித்திருக்கிறேன். அதில் நிறைய எனக்குக் கேள்விகளுண்டு. மண்சார்ந்த மாநில மொழியில் எழுதக்கூடியவருக்கு அந்த நாவலை பிரேசில் நாட்டில் நிகழ்த்தவேண்டிய கட்டாயம் என்ன?"

"இங்கே நாம் ஓட்டப்பந்தயத்தை விட்டுவிடலாம். அது நீங்கலாக ஏனைய ஆட்டங்களை எடுத்துக்கொண்டால், ஆட்ட நேரத்தில் களத்தில் எப்போதும் ஓடிக்கொண்டே இருக்கக்கூடிய ஆட்டமென்று பார்த்தால், ஒன்று... *(football)* கால்பந்தாட்டம். இன்னொன்று... *(hockey)* வளைத்தடி பந்தாட்டம். ஆக... நான் இந்த நாவலுக்கென எடுத்துக்கொள்ளத் தீர்மானித்தது இந்த இரண்டில் ஏதேனும் ஒன்றைத்தான். நான் வளைத்தடிப் பந்தாட்டத்தைக் காட்டிலும், கால்பந்தாட்டம்தான் அதிகம் பார்த்திருக்கிறேன். அதுதான்

என் விருப்பத்திற்குரியதாக இருந்திருக்கிறது. இந்நாவலுக்குக் கால்பந்தாட்டம்தான் என் தேர்வென்றால், நிச்சயமாக நான் இந்த மண்ணிற்குள் இந்த நாவலை நிகழ்த்தமுடியாது. காரணம், கால்பந்தாட்டம் என்பது நம் மண்ணில் கொண்டாடப்படாத ஒன்று. அது இந்த நாவலின் உள்ளடக்கத்திற்குப் பொருந்தாது. ஆகையால் நான் பிரேசில் நாட்டில் நடக்கக்கூடிய கதையாக இந்த நாவலை நிகழ்த்தியிருக்கிறேன். என்று அந்த முன்னுரையில் அதற்கான காரணத்தைச் சொல்லியிருப்பதை நீ படித்திருப்பாயே?"

"ஆமாம். அந்தக் காரணம் எனக்கு ஏற்புடையதாக இல்லை. அவர் இந்த மண்ணில் எடுத்துக்கொண்டு எழுத அநேகமிருக்கிறது."

"உன்னுடைய இந்தக் கருத்தை அவர் குறிப்பிட்டிருக்கவும், அதை ஏற்கவும் செய்ததோடு அந்த முன்னுரையில் நாம் விளையாட்டில் ஊக்குவிக்கப்படக்கூடிய சதவீதத்தை திருப்தியற்றதாகக் கருதுகிறாரே...? அதில் நியாயம் இருக்கத்தானே செய்கிறது? கூடவும், தன் முந்தைய படைப்புகளை தன் நிலத்திற்குள்தான் நிகழ்த்திக் காட்டியிருப்பதாகச் சொல்லக்கூடியவர், ஓர் எழுத்தாளன் நிலம் கடந்து சிந்திக்கவோ கதைகளைச் சொல்லவோ எந்தத் தடையோ கட்டுப்பாடோ கிடையாது அல்லவா? என்கிற நியாயத்தையும் எழுப்புகிறாரே? வேறுவேறு நிலங்களையும், அம்-மக்களின் வாழ்வியலையும் பரிசோதனை முயற்சியாக எடுத்துக்கொண்டு எழுதிப்பார்ப்பது அவருக்குப் பிடித்திருப்பதாகவேறு சொல்லியிருக்கிறார்?"

"ஆமாம். அந்த முன்னுரையில், கதை குறித்த வாசகர்களின் அத்தனை குறுக்கு வாதங்களுக்கும் பதில் இருப்பதைப் போலவும் எழுதியிருக்கிறார்தான். அவருடன் பேசக்கூடிய சந்தர்ப்பம் வாய்த்தால் எனக்கு இன்னும் நிறைய கேள்விகள் இருக்கிறது. அதை நான் கேட்காமல் விடமாட்டேன்."

"அதை இப்போது கேட்டால்கூட அவர் காதுக்கு எட்டும். ஆகவே உன் கேள்விகளைக் கேள் இப்போதே."

"என்ன சொல்கிறாய் நீ? நாம் ஃபோனில் பேசிக்கொண்டிருப்பது எப்படி அவர் காதுக்கு எட்டும்?"

"நாம் பேசிக்கொண்டிருப்பதைத்தான் அவர் ஒட்டுக்கேட்டுக் கொண்டிருக்கிறாரே."

லக்ஷ்மி சிவக்குமார்
63818 98202
ptshivkumar76@gmail.com

1

ஆல்ஃபிரடோவிற்கு எந்தவகையிலும் பூர்வீகமற்ற, அதேபோது எந்தக் காரணத்தினாலும் அவனது மூதாதையரின் இருப்பையோ, அவனையோ அவன் வாரிசுகளையோ இந்த மண்ணிலிருந்து ஒருபோதும் அப்புறப்படுத்த முடியாத வகையில் இங்கே ஆழமாக ஊடுருவிவிட்டான்.

செப்டம்பர் மாதம் ஏழாம் தேதியான இன்று, நாட்டின் சுதந்திரதின கொண்டாட்டங்களெல்லாம் ஓய்ந்து இந்த சாவ்-பாவ்லோவின் ஃபிரான்கா நகர் அடங்குவதற்கு எப்படியும் விடிவதற்கான நேரம் நெருங்கிவிடும். இப்பொழுது இரவு மூன்று மணியைக் கடந்துவிட்டது.

இப்படியான கொண்டாட்ட நாட்களில் ஆல்ஃபிரடோ வழக்கத்திற்கு மாறான நேரத்தில் வீடு திரும்புவதென்பது தவிர்க்க முடியாதது. அவனது வேலையில் வெகு இயல்பாக வந்து போகக்கூடிய இதுபோன்ற நாட்களுடன் இன்னொரு காரணத்தையும் பொருத்திக்கொண்டு ஆதாயமடைகிறான் என்பதால் அந்தச் சிரமங்கள் அவனுக்குச் சுமையல்ல.

ஆமாம். அவனொரு உணவு மற்றும் மதுவிடுதியில் பரிசாரகனாக இருக்கிறான். அந்த விடுதியானது, அவனது நாட்டின் அல்லது நகரத்தின் மரபான கொண்டாட்டங்களற்றபோதும்கூட நாளொன்றுக்கு பதினெட்டு மணி நேரமோ இருபது மணி நேரமோ இயங்கக்கூடியது. அங்கே அவனுக்கு மாத ஊதியத்தைக் காட்டிலும் தினசரி குடி விருந்திற்காக வரக்கூடியவர்கள் அளிக்கும் மேசை அன்பளிப்பென்பது மிக அதிகம். இப்படிக் கிடைக்கும் தொகையை வைத்து அவன் தன் அம்மா அப்பாவினுடைய மருந்து மாத்திரைகளுக்கான தேவைகளை நிறைவேற்றுகிறான். அவனது அப்பா,

அரசாங்க நூலகத்தில் இல்லாத புத்தகங்களைக் கேட்டால், விலை எத்தனை என்றாலும் தயக்கமின்றி வாங்கித்தருகிறான். அவனது மனைவியின் சொற்ப தேவைகள் எதிலும் இன்றைக்குவரை குறைவைத்ததில்லை. முக்கியமாக அவனது ஒரே மகனுக்கான கால்பந்து பயிற்சிக்கான மிக அதிகக் கட்டணத்தை அவனால் செலுத்தமுடிகிறது. இந்தநாள் வரையிலும் சாவ்-பாவ்லோ கால்பந்து கழகத்திற்கு அவன் மகனது பெயரில் எந்தப் பாக்கியும் கிடையாது.

மேலே அவன் இன்னொரு காரணத்தைப் பொருத்திக்கொண்டு ஆதாயமடைவதாக நான் சொன்னது அவனது குடும்பத்தின் தாராளத் தேவைகளைத்தான்.

அவனது வீட்டிலிருந்து வேலையிடத்திற்குச் செல்லக்கூடிய தூரமென்பது இரண்டிலிருந்து மூன்று கிலோமீட்டருக்குள்தான். போக்குவரத்திற்கென்று அவன்தன் அப்பாவினுடைய சைக்கிளைத்தான் வைத்திருக்கிறான். அவரது சொத்தில் எஞ்சியது, அவனும், அவனது சகோதரிகள் இருவரும் நீங்கலாக இந்த சைக்கிளும் இன்னும்சில வீட்டுப் பொருட்களும்தான்.

இந்த சாவ்-பாவ்லோ நகரத்தில் சுத்தமான காற்றைச் சுவாசிக்க நினைப்பது அபத்தமான ஒன்று! அதிலும் இன்றைய சுதந்திர தினத்தில் எப்படி முடியும்? பட்டாசு மாசு கலந்த சுத்தமான கந்தக வாடையைச் சுவாசித்து வெளியேற்றியவாறு சைக்கிளை மிதித்துக்கொண்டிருந்தான்.

நகரத்தின் முக்கியச் சாலையிலிருந்து ஆல்ஃபிரடோ தன் வீதியின் ஒடிப்பில் திரும்பும்போது அவனைப் பலமாக மோதுவதுபோல வந்த ஒருவன், சட்டெனச் சுதாரித்துக் கொண்டவனாய், வேகம் குறைந்த தன் சைக்கிளின் மீது அவனது முழு எடையையும் ஏற்றிப் பறந்தான். முப்பது வயது கணக்கிடத்தக்க அவனது வேகத்தைக்கண்ட ஆல்ஃபிரடோ சற்றுநேரம் சிலையைப்போல நின்றான்.

பிறகு, அவன் வந்த பாதையில், ஒரு கையை நீட்டியவாறு உடல் குலுங்க ஓடிவந்தவர் இவனிடம் உதவி கோரினார். இந்த நாற்பத்து மூன்று வயதிலும் ஆல்ஃபிரடோவால் சைக்கிளில் போனவனைத் துரத்திப்பிடிக்க முடியும்தான். ஆனாலும்கூடத் தடித்த உடல் கொண்டவர் பறிகொடுத்த பொருளின் விவரத்தைக் கேட்டான். அவர் மழுப்பலாக ஏதேதோ உளறிக் கொட்டினார். ஆல்ஃபிரடோ எதையோ யோசித்தவாறு மறுபடியும் அவரிடம் கேட்டான்,

“நீங்கள் பறிகொடுத்த பையில் போதைப் பொருள் இருந்ததா?”

முகத்தில் உறுதியில்லாத அவர் "இல்லை" என்றார்.

"உங்களது பதிலில் உண்மை இருப்பதாக நான் நினைக்கவில்லை. அப்படி இருந்தாலும்கூட இப்போது நேரம் கடந்துவிட்டது. சைக்கிளில் பறந்தவனை என்னால் துரத்திப் பிடிப்பதற்கு முடியாது" என்றுவிட்டு தன் வழிக்கு நகர்ந்தான்.

அப்போது லேசான ஈரப்புழுதி காற்றில் பறக்கத் தொடங்கியது. ஆல்ஃபிரடோ தான் வசிக்கக்கூடிய கீழ் மத்தியதர அடுக்கக வளாகத்திற்குள் நுழைந்தபோது நியான் விளக்கொளியை அண்ணாந்து பார்த்தான். சட்டென இடது கண்ணில் கைவைத்தவாறு சைக்கிளின் வேகத்தைக் குறைத்து நடைமேடையில் கால் ஊன்றி நின்றான். பிறகு அங்கேயே சிறிதுநேரம் கண்ணைக் கசக்கிக் கொண்டிருந்துவிட்டு கந்தக வாடையைத் தாக்குப் பிடித்தபடி இந்தப் பருவநிலை மாற்றத்தை அறிவிக்கத் தவறாத அந்த இரவு பூச்சி குறித்து ஏதேதோ முணுமுணுத்துக் கொண்டவாறு சைக்கிளை மிதித்தான்.

'D' பிளாக்கிலுள்ள, மாடிப்படியை ஒட்டிய இரண்டாவது தளத்தின் சன்னலை ஊடுருவிப் பார்த்த ஆல்ஃபிரடோ, அதே பிளாக்கின் நான்காவது தளத்திலுள்ள தன் வீட்டின் சன்னலையும் பார்த்தான். இரண்டிலும் வெளிச்சமில்லை. அவன் இப்படி நேரம் கடந்து வரக்கூடிய ஒவ்வொரு இரவிலும் அனிச்சையாக இது நடக்கிறது. அதாவது இரண்டாவது தளத்தை நோட்டமிட்டதும் தன் வீட்டு சன்னலைப் பார்ப்பது!

பிறகு அவன், குடியிருப்பு வாசிகளுக்கான பிரதான வாகனக் கொட்டகையில் சைக்கிளை நிறுத்தினான். அங்கிருந்து அடுக்கக வளாகத்தின் முகப்பிலுள்ள கம்மியான பரப்பளவில் பூங்காவைப் போன்று பராமரிக்கப்பட்டு வரும் புல் தரையை நோக்கி நடந்து, அந்த முழுவட்டத்தின் மத்தியிலிருக்கக்கூடிய தேசிய மரத்தின் கீழ் கால் வட்டத்தைப் போல உடலைச் சாய்த்துக்கொண்டான்.

இன்றைக்கு அவன் வழக்கத்தைக் காட்டிலும் அதிகம் சோர்வுற்றிருந்தான். ஒரு பரிசாரகனாக அவன்தன் விருந்தினர்களைக் கவனித்த வகையில் உண்டானதல்ல. வாடிக்கையாளர்கள் இருவர் அழைத்துக் கொண்டு வந்திருந்த அவர்களது விருந்தினர்கள் செய்த ரகளைதான் காரணம்.

அந்த இரவின் குறிப்பிட்ட நேர இடைவெளியில் வந்திருந்த அவர்களிடம் இவன் கடுமையாக வாக்குவாதம் செய்யவேண்டியிருந்தது. முன்னிரவில் வந்திருந்தவர்கள் செய்த

வம்பைக்காட்டிலும் பிறகு வந்த மத்திம வயதுக்காரர்தான் இவனைப் பாடாய் படுத்தியிருந்தார்.

ஆரம்பத்திலிருந்தே, அதாவது, அந்த விருந்தினரது மேசைக்குச் சென்று இவன் உடலைத் தாழ்த்தி வரவேற்றது முதலே ஆல்ஃபிரடோவின் வேலையில் குறை வாசிக்கத் தொடங்கினார்.

அங்கிருந்துதான் இவர்கள் மோதிக்கொள்ள நேரிட்டது.

அந்த மது விடுதியிலிருந்தவர்களில் சிலர் அவரைக் கேத்தலோனிய எழுத்தாளரெனப் பேசிக்கொண்டனர். ஆனால் ஆல்ஃபிரடோ, யாராயிருந்தாலென்ன என்றபடி அவருடன் சரிக்கு சரி நின்றான்.

அவனது விடுதி நிர்வாகம் அனுமதிக்காது என்றாலும் ஆல்ஃபிரடோ தனது மரியாதையை இழக்க விரும்பவில்லை.

இறுதியில் அந்தக் கேத்தலோனிய எழுத்தாளர், தன் உதட்டருகே கொண்டுச்சென்ற மதுக் கோப்பையை உறைவு நிலையில் நிறுத்தியபடி ஆல்ஃபிரடோவிற்குச் சொன்னார்.

"எங்களிடம் உன் உடலை நீ அதிகமாக வளைக்கிறாய்."

அந்த வார்த்தைக்குப் பின்னர்தான் ஆல்ஃபிரடோ பின்வாங்கினான். அந்தக் கேத்தலோனிய எழுத்தாளர் ஆல்ஃபிரடோவை மேசைக்கு மேசை கவனித்திருக்கக் கூடும்.

ஆல்ஃபிரடோ அந்த எழுத்தாளரிடம் சொன்னான். "நான் வேலையில் சேர்ந்திருந்த இந்தப் பதினாறு வருடங்களில் இப்படியான ஒரு ஆள் இங்கே வந்ததில்லை. இதுநாள் வரையிலும் நான் சரியென்று நினைத்ததையெல்லாம் கேள்விக்குள்ளாக்கிய உங்களது வார்த்தையிலிருந்த கோபத்தை நான் ஆராய்ந்து பார்த்தேன். உங்களுடனான என் குறுக்கு வாதத்தை நீங்கள் பொருட்படுத்தாதீர்கள்."

அவர், தான் கவிழ்த்துக்கொண்ட கோப்பையின் அடிப்பாகத்தில் மயிரிழையில் ஏற்றம் கண்ட திரவத்தை நுண்ணியமாகப் பார்த்தவாறு நமட்டுத்தனமாகச் சிரித்துக்கொண்டார். அந்தச் சிரிப்பில் சில நிமிடங்களுக்கு முன்னதான ஆல்ஃபிரடோவின் புரியாத்தனங்கள் தெரிந்தது.

ஆனால் அவனது கூற்றுப்படி ஆல்ஃபிரடோ தான் வளைந்து கொடுக்கும் அளவை பரிசீலனைக்கு உட்படுத்தினால் அவனது குடும்பத் தேவையை நிறைவேற்றிக்கொள்வதில் வறுமை ஏற்பட்டுவிடும். குறிப்பாக அவன் மகனது கால் பந்தாட்டப் பயிற்சிக் கட்டணத்தைச் செலுத்தமுடியாமல் போகலாம்.

மரத்திலிருந்து அசையக்கூடிய இலைகளை ஊடுருவியபடி ஆழ்ந்த யோசனையுடன் வானத்தை நோக்கிக்கொண்டிருந்த ஆல்ஃபிரடோ, அவனது அடுக்கக சன்னல்களின் வழியே கொஞ்சம் கொஞ்சமாக வெளிச்சம் ஊடுருவத் தொடங்கியதைப் பார்த்தான்.

இந்த ஒருமணி நேரத்தைக் கடந்தும் ஈரப் புழுதியின் சீரான அளவில் மாற்றமில்லை. பாக்கெட்டிலிருந்த மொபைலை எடுத்து நேரத்தைப் பார்த்துவிட்டு வைத்துக்கொண்டான்.

ஐந்து மணி சுமாருக்கு நாளேடு விநியோகம் செய்யக்கூடியவனின் சைக்கிள் பெல் சத்தம் கேட்டது. அப்பர் கேஸ் ‘E’ வடிவமைப்புடனான அந்தக் குடியிருப்பு வளாகம் முழுமைக்கும் இந்தச் சிறுவன்தான் விநியோக உரிமை பெற்றிருக்கிறான். அடுக்கக வாசிகள் கருணையின் அடிப்படையில் தாங்களாகவே முன்வந்து அவனுக்கு இந்த வாய்ப்பைத் தந்திருந்தனர்.

ஆல்ஃபிரடோ அவனது வருகையைப் பார்த்துவிட்டு தனக்குள் எதையோ பேசிக்கொண்டபடி அவனை நோக்கி நடந்தான்.

அச்சிறுவன் வாகனக் கொட்டகையில் தன் சைக்கிளை நிறுத்திவிட்டு அதன்மேல் அவன் அணிந்திருந்த மழைக் கோட்டை தொங்கவிட்டான்.

ஆல்ஃபிரடோவைக்கண்ட அச்சிறுவன், வழக்கமான புன்னகையுடன் போர்த்துகீசிய மொழியில் காலை வணக்கத்தைத் தெரிவித்தபடி பாலிதீன் உறையிலிருந்த நாளேடு கட்டுகளைப் பிரித்து இயந்திரம் போல அடுக்கத் துவங்கினான். பதினான்கு வயதிற்கேயான அத்தனை சுறுசுறுப்பு அவனிடம்.

ஆல்ஃபிரடோவும் அதே மொழியில் அவனுக்குக் காலை வணக்கம் ‘இனியஸ்டா’ என்றான்.

அச்சிறுவன் இவனை ஏறிட்டுப்பார்த்தவாறு புருவமேட்டை உயர்த்திச் சிரித்துக் கொண்டான்.

உண்மையில் அவனது பெயர் அதுவல்ல. ‘எட்வால்டோ’ என்பதுதான் நிஜப்பெயர். ஆனால் அவனது பனியனின் முதுகுப் புறம் இனியஸ்டா என்றுதான் எழுதியிருக்கும். ஸ்பெயின் நாட்டின் பிரபல கால்பந்தாட்டக்காரனின் பெயர் அது.

ஆல்ஃபிரடோ இப்படி எப்போதாவது இனியஸ்டா எனும் எட்வால்டோ-வைச் சந்திக்க நேரும்போதெல்லாம் தன்னை இனியஸ்டாவின் தீவிர ரசிகனெனச் சொல்லியிருக்கிறான். அவனைப் போலவே பிற்காலத்தில் தன் நாட்டின் அணிக்காகச்

சிறப்பாக ஆடவேண்டும் என்பான். தன்னுடைய எதிர்காலக் கனவும் இலட்சியமும் இதுதான் என்றும் கூறியிருக்கிறான்.

ஆல்ஃபிரடோ அவனது இந்த நேரத்து உழைப்பைப் பற்றிக் கேட்டபோது, எட்வால்டோ, தன்னுடைய எதிர்காலக் கனவிற்காகவும் இலட்சியத்தை அடையவும் பெற்றோரது வருமானத்தை நம்பியிறாமல் தானே தன்னுடைய கால்பந்தாட்ட பயிற்சிக் கட்டணத்தைக் கட்டுவதற்காகத்தான் நேரம் பார்க்காமல் இப்படி உழைப்பதாகவும், ஒருவகையில் இந்த உழைப்பு தன்னுடைய இலட்சியத்திற்கான ஆகச் சிறந்த பயிற்சியென்றும் சொல்லியிருக்கிறான்.

இப்போது சொச்சமிருந்த இரவும் ஆமையின் தலையைப்போல உள்ளிழுத்துக் கொண்டிருந்தது. கொட்டகையிலிருந்த வாகனங்கள் ஒவ்வொன்றாக வெளியேறிக் கொண்டிருந்தன.

யாரும் எதிர்பாராத அந்த நேரத்திற்கு

‘ஹோலா... லா லா லா.

லாலா... லாலா லா லா லா...

ஐ டேர் யூ...’

வாசிப்புச் சத்தம்.

மிஸ்டர் ‘ஃபால்கன் அதேவர்’ தன்னுடைய கிடாரில் பிசிறில்லாமல் நேர்த்தியாக இசைத்துக்கொண்டபடி பாடிக்கொண்டிருந்தார்.

ஆல்ஃபிரடோ தன் பங்கிற்கு அந்த வரிகளை முணுமுணுத்தபடி தன் உடலை அசைத்துக் கொண்டிருந்தான்.

எட்வால்டோவும் தன் பரபரப்பான வேலைகளுக்கிடையே அந்த இசைக்கு உற்சாகமடைந்தான்.

மிஸ்டர் ஃபால்கன் அதேவர் தன் மகனின் விருப்பத்திற்கு இணங்க மீட்டத் தொடங்கிவிட்ட இந்தக் கிடாரை இனி எப்போது நிறுத்துவாரெனத் தெரியாது.

எட்வால்டோ தன் உற்சாக அசைவுகளுக்கிடையே ஆல்ஃபிரடோ விடம் ஒரு கோரிக்கை வைத்தான். அதாவது ஆல்ஃபிரடோ அவருடைய பிளாக்கிற்குச் செல்லும் வழியிலுள்ள வீடுகளுக்குத் தான் விநியோகிக்கக் கூடிய நாளேட்டைச் சேர்த்துவிட்டுப் போகுமாறு கேட்டான். ஆல்ஃபிரடோ மறுக்கவில்லை.

2

I

ஃபிகோவின் இடது பாதத்தில் சுற்றப்பட்டிருந்த துணிக்கட்டைப் பிரித்துப் பார்த்த மருத்துவர் சொன்னார், “காயம் ஆறிப்போய், சதை வளர்ந்து, உள் தோலும் வெளித் தோலும் கச்சிதமாக மூடியிருக்கிறது. இனி பயப்பட வேண்டியதில்லை. இந்த ஆட்டக்காரன் அவனது பயிற்சியைத் தொடங்கலாம். என்ன ஃபிகோ? நாளையிலிருந்து ப்ராக்டீஸ் போகலாமா?” குனிந்திருந்தவன் நிமிர்ந்தான். கவலையான முகத்துடன் சிரிப்பதற்கு மெனக்கெட்டவனிடம் வார்த்தைகளும் உருப்பெறவில்லை. அவனது தாடைப் பகுதி நடுங்கியது. தேம்பியவனாய் “எம்ப்பாப்பே” என்றான். தடிமனற்ற திரவம் அவனது கண்களை விட்டு லாவகமாகத் தப்பித்தது.

உணர்ச்சிப் பெருக்கெடுத்த ஆல்ஃபிரடோ, மேற்குலக பாணியில் தன் வாயைக் குவித்துக்கொண்டபடி மகனது முதுகில் தட்டிக்கொடுத்தான்.

மருத்துவரோ, ஃபிகோவின் தோள்பட்டையின் மீது வைத்திருந்த கைப்பிடியை இறுக்கியவாறு, “எஸ்… ஆம் சாரி… ஆம் சாரி… எம்ப்பாப்பே. யூ எம்ப்பாப்பே” என்றார்.

மறுபடியும் தலையைக் குனிந்த ஃபிகோ, தன் அலங்கோலமான இடது காலைப் பார்த்துக்கொண்டிருந்தான்.

மருத்துவர், ஃபிகோ பயிற்சிக்குச் செல்வதற்கு முன்னதாக ஒருமுறை இயன்முறை பயிற்சியாளரிடம் ஆலோசனை பெற்றுக்கொள்வது அவசியமென அவருக்கு எழுதிக் கொடுத்தார்.

கடந்த முப்பது நாட்களுக்குப் பிறகு இன்றைக்குத்தான் ஃபிகோ தன் இடது காலை தரையில் பதிக்கிறான். அறுவை சிகிச்சையின் மூலம் விரல்கள் அகற்றப்பட்ட அந்த இருபது நாட்கள் வரையிலும் மருத்துவமனையில் இருந்தவனுக்கு வீட்டிற்குச் சென்றதும் சக்கர நாற்காலியின் உதவிகூட அவசியப்படவில்லை. நொண்டியடித்தபடியே அவனது தேவையை அவனே பார்த்துக்கொள்ளவும், அவ்வப்போது தன்னாலியன்றவரையில் வீட்டிற்குள்ளேயே கால்பந்தாட்ட பயிற்சியையும் எடுத்துக்கொள்ளத் தவறியிருக்கவில்லை.

அவனது ஆர்வம் அவனை வெகு சீக்கிரத்திலேயே குணமடையச் செய்திருந்தது. ஆனாலும்கூடத் தன்காலில் இல்லாமல்போன விரல்களுக்காக அவன் அழாமலும் இல்லை.

இப்போது மருத்துவரின் அறையிலிருந்து இயன்முறை கூடத்திற்கு நடந்து வருவதாகச் சொன்னவன் இடது காலை எடுத்துவைத்த முதல் அடியிலேயே தடுமாறினான். ஆல்ஃபிரடோ அவனுக்கு உதவினான்.

ஃபிகோ தன் இடது காலை ஊன்றக்கூடிய முறையிலெல்லாம் நொண்டியடிக்கவே முயற்சித்தான். அப்போதெல்லாம் ஆல்ஃபிரடோ அவனுக்கு நம்பிக்கையான வார்த்தைகளைச் சொன்னான். லேசான வலி இருப்பதாகச் சொன்னவன், இந்த முப்பது மீட்டர் தூரத்தின் பாதிக்கும்மேல் நொண்டியடித்தேதான் வந்தான்.

ஃபிகோவை பரிசோதித்த இயன்முறை பயிற்சியாளர், அவனையும் வைத்துக் கொண்டே ஆல்ஃபிரடோவிடம் ஒழிவு மறைவின்றி நடைமுறை உண்மைகளைக் கொட்டினார்.

II

ஃபிகோவிற்கு நொண்டியடிக்கும் பழக்கம் அவனது இடது காலின் நான்கு விரல்களும் அகற்றப்பட்டதற்குப் பிற்பாடுதான் தொற்றியிருந்தது. ஆனால் இந்தத் தகவமைப்புத் தன்மையை அவன் நிரந்தரப்படுத்திக் கொண்டதைப்போல விடமுடியாமல் சிரமப்பட்டான்.

மருத்துவமனையிலிருந்து வீடு திரும்பியிருக்கும் இப்போது வரையிலும் சமதளத்தில் நடந்தபோதெல்லாம் ஆல்ஃபிரடோ உதவினாலும் அவனது வீட்டிற்கான நான்காவது தளத்திற்கு ஏறுவதற்கு மிகவும் சவாலை எதிர்கொள்ளவேண்டியிருந்தது.

நிரந்தரப் பழக்கமில்லாதவர் உடல் எடையைத் தூக்கிக்கொண்டு படிக்கட்டுகளில் நொண்டியடித்து ஏறுவதென்பது அத்தனை எளிதல்ல. ஆல்ஃபிரடோ லிஃப்டைப் பயன்படுத்தலாம் என்றதற்கு ஃபிகோ மறுத்து விட்டான்.

பாதி உயரத்தில், அதாவது, இரண்டாவது மாடி ஏறிய பின்பு அவனது சிரமத்தை உணர்ந்தவன், தன் முதுகில் சுமப்பதாகச் சொன்னான். ஃபிகோ அவனை ஆழமாக ஊடுருவி பார்த்துக்கொண்டே நின்றான். அவனது அந்தப் பார்வையில் சம்மதத்திற்கான அல்லது அவனது இயலாமையின் தொனி இருந்தது. அவனை விட்டு இரண்டு

படிக்கட்டுகள் கீழே இறங்கி முதுகைக் காட்டி நின்றான். ஃபிகோ ஒரு நீளமான மூச்சுக் காற்றைக் கடத்தியபடி தன் பார்வையில் மாற்றமில்லாமல் நின்றுகொண்டிருந்தான். அப்போது இரண்டாவது தளத்திலிருந்து,

'ஹோலா... லா லா லா.
லாலா... லாலா
லா லா லா...
ஐ டேர் யூ...' கேட்டது.

இளைப்பு வாங்கியபடி அவனை ஏறச்சொல்லி முகத்தைத் திருப்பிக் கொண்டு நின்ற தன் அப்பாவின் கையைப்பிடித்து மேலே இழுத்துக் கொண்டான். அவனது மறுப்பிற்காகவும் வீரத்திற்காகவும் நம்பிக்கையான வார்த்தைகளால் அவனைத் தட்டிக்கொடுத்தான்.

III

சோபாவின் ஒரு எல்லையில் ஃபிகோவும் மறு எல்லையில் ஆல்ஃபிரடோவும் கைகளை விரித்தபடி தங்களுக்கு மேலே எந்த அவசரமுமின்றிச் சுற்றிக் கொண்டிருந்த மின்விசிறியை பார்த்துக்கொண்டிருந்தனர். நடுவில் ஃபிகோவின் தாத்தாவும் பாட்டியும் கவலையான முகத்துடன் அவனது காலையே பார்த்துக் கொண்டிருந்தனர். அவனது அம்மா தரையில் அமர்ந்தவாறு அவனது இடது காலை தன் மடியில் கிடத்தியபடி தடவிக் கொண்டிருந்தாள். நிவாரணமற்ற இந்த நிரந்தர வலியிலிருந்து அவனை மீட்டெடுப்பதற்கான ஆறுதல் வார்த்தைகளின்றி அவர் வடித்த கண்ணீருக்கு அங்கே யாராலும் ஆறுதல் சொல்லமுடியாத அமைதி நிலவியது.

ஆல்ஃபிரடோ அந்த நிமிடத்தை நீட்டிக்கவிடாமல் தொலைக் காட்சியை இயக்கினான். உள்ளூர் கிளப்புகளுக்கு இடையேயான ஆட்டமொன்று நேரலையில் ஒளிபரப்பாகிக் கொண்டிருந்தது.

அந்த மைதானத்திலுள்ள ரசிகர்களின் இரைச்சலையும் பரபரப்பான வர்ணனை சத்தத்தையும் ஃபிகோ ஊடுருவிக் கவனித்தான்.

ஆல்ஃபிரடோ அருகிலிருந்த தன் அம்மாவிடம், ஃபிகோவின் தற்போதைய கவலையிலிருந்து மீள முடியாததால் உங்களுக்கான மூச்சுத் திணறல் மருந்து வாங்குவது குறித்த யோசனை எனக்குக் கொஞ்சமும் இல்லை என்றான்.

ஆனால் அவரோ, இன்றைக்கு இரவு அந்த மருந்தில்லாமல் தன்னால் தூங்கமுடியாதென்றும், மழை காலம் என்றும் நயந்தார்.

ஆல்ஃபிரடோ இந்த இரவிற்குள் எப்படியும் அதை வாங்கித் தருவதாகச் சொன்னான். அதேபோது அருகிலிருந்த தன் அப்பாவிடம், நீங்கள் கேட்டிருந்த புத்தகத்தை இன்றைக்கும் என்னால் வாங்கித்தர இயலவில்லை. கோவிக்கவேண்டாம். எப்படியும் இரண்டொரு நாளில் அதை நான் வாங்கித் தருகிறேன் என்றான்.

ஆனால் அவரோ, 'இன்னும் இரண்டொரு நாளிலா?' என்றவாறு அங்கிருந்து எழுந்து போனார்.

அவரைப் பொருத்தவரையில் கேட்டது கேட்ட நேரத்திற்குக் கிடைத்து விடவேண்டும். அதிலும் புத்தகமென்றால் வழக்கத்திற்கு அதிகமாகக் கோபப் படக்கூடியவர்.

அவர் தண்டனைக் கைதியாக இருந்து விடுதலையடைந்தவர். கைதியானதற்கான காரணம்கூட அவரது கோபம்தான். அவரொரு ரூலட்டன் கிளப்பில் பணியாற்றியபோது சூதில் வெகுவான பொருளை இழந்த ஒருவனுடன் இவருக்கு வாக்குவாதமாகி அது ஏறத்தாழ கொலைக்கு நெருக்கமாகச் சென்றதால் தண்டனை அனுபவித்தவர். சிறையில்தான் அவருக்கு வாசிப்புப் பழக்கம் தொற்றிக் கொண்டது.

பிரேசில் அரசாங்கத்தின் சட்டப்படி ஒரு கைதி தன் தண்டனைக் குறைப்பிற்காக நல்லொழுக்கம் நீங்கலாக இரண்டு வாய்ப்புகளை அல்லது சவாலை ஏற்கமுடியும். ஒன்று... குற்றவாளியானவர் ஒரு புத்தகத்தைப் படித்து அதன் தலைப்பிலிருந்து விலகாமல் அறிக்கை தயாரிக்கலாம். இதன் மூலம் அவரது மொத்த தண்டனைக் காலத்திலிருந்து நான்கு நாட்களைக் குறைத்துக்கொள்ளமுடியும். இரண்டு... கார் பேட்டரியோடு இணைக்கப்பட்டுள்ள நிற்கக்கூடிய மிதிவண்டியை பதினாறு மணிநேரம் ஓட்டுவதன் மூலம் ஒரு நாள் தண்டனையைக் குறைத்துக் கொள்ளமுடியும். இவர் முதலாவதைச் செய்திருந்தார்.

வீட்டு பால்கனியின் கைப்பிடி சுவரை இணைக்கக்கூடிய தூண் வளைவை ஒட்டிய பகுதியில் தன் உடலை பொருத்தியபடி வெளியே வேடிக்கைப்பார்த்துக்கொண்டு நின்ற தன் அப்பாவை, ஆல்ஃபிரடோ ஆழமாகக் கவனித்துக் கொண்டிருந்தான். புத்தகங்கள் இல்லாத போதும் கோபமுறும்போதும் அவர் இப்படி கைகளைக் கட்டிக்கொண்டவாறு நிற்பது வழக்கம். அப்படியான நாட்களில் அவர் பாதி நாட்களைக் கடந்தும்கூட நிற்பதுண்டு.

அவரையும் அவர் வயதிற்குண்டான இயலாமை குறித்த யோசனைகளையும் கணக்கிடக்கூடியவன் ஆல்ஃபிரடோ!

சட்டென எழுந்துபோய் அவர் தோள் மீது கை போட்டபடி, இன்றைக்கு மாலையில் நான் வேலைக்குக் கிளம்பும் முன்னதாக நீங்கள் கேட்டிருந்த புத்தகத்தை வாங்கித் தருகிறேன் என்றான்.

தன் தோள் பட்டையை உலுக்கிக்கொண்டவாறு ஆல்ஃபிரடோவின் இறுக்கத்திலிருந்து விடுவித்துக்கொள்ள முயன்றவர், சலனமற்று அவன் முகத்தை பார்த்துக்கொண்டே வீட்டிற்குள் வந்தார்.

IV

லிஃப்ட் கதவு திறந்ததும் வெளியே வந்த ஆல்ஃபிரடோ, இறுக்கமான, கடுகடுத்த முகத்துடன் அங்கும் இங்குமாகப் பார்த்துவிட்டு வாகனக் கொட்டகையை நோக்கி நடந்தான். சட்டென யோசனையில் மாற்றம் கண்டவனாய் அங்கிருந்து திரும்பி வளாகத்தின் காலியான ஓரிடத்தை நோக்கி நடந்தவன் அங்கே கிடைமட்டமாகக் கிடந்த சுமார் ஆறடிக்குக் குறையாத சிமெண்ட் தூணைக் கோபாவேசமாகக் கத்தியபடி தன் இடது காலால் எத்தினான். அதன் விளைவானது மதிய நேரத்தின் அந்த அமைதிக்குள் ஊடுருவிப் பரவியது. வலி பொறுக்கமுடியாத ஆல்ஃபிரடோ காலைப் பிடித்துக்கொண்டு அதே தூணில் உட்கார்ந்துகொண்டான். அந்தபோது இரண்டாவது தளத்திலிருந்து எட்டிப்பார்த்த ஃபால்கன் அதேவர்,

"மிஸ்டர் ஆல்ஃபிரடோ... என்ன இன்றைக்கு வேகம் அதிகமோ? இப்படி சேம்-சைடு கோல் போடுவதால் ஒரு பயனும் கிடையாது. இனி ஆகவேண்டியதைப் பாருங்கள்" என்றார்.

வலியின் முகச்சுழிப்புடன் அண்ணாந்து பார்த்த ஆல்ஃபிரடோ, கையை உயர்த்தி "மிஸ்டர் ஃபால்கன். உங்களிடம் கொஞ்சம் பேசவேண்டும். மேலே வரலாமா?" என்றான்.

ஃப்பால்கன் தன் கையிலிருந்த கிடாரை 'டிங்... டிங்...' என இசைத்துவிட்டு மேலே வாருங்கள் என்றார்.

ஆல்ஃபிரடோ, ஃபால்கனின் இடைவிடாத வாசிப்பை ரசித்தபடி அவரது குடியிருப்பை நோக்கிப் போய்க்கொண்டிருந்தான். இரண்டாவது தளத்தின் அந்த நீண்ட உப்பரிகையின் மீதான அவனது கோணல் மாணலான நடையானது, உருட்டுத் தூணை எத்தியதால் உண்டான கால் வலியின் நிமித்தமானதா...? அல்லது ஃபால்கனின்

உற்சாக இசைப்புக்கான அசைவா...? இது வேறுபடுத்திப் பார்க்க முடியாத வகையில் இருந்தது. ஆனாலும்கூட அவனது முகத்தில் வலி வேதனைக்கான வெளிப்பாடும் இருந்ததுதான்.

வாசலில் நின்றபடி தன் இடது காலணியின் சேதமுற்றிருந்த பகுதியை வலதுகால் கட்டை விரலால் நெண்டிப் பார்த்துக்கொண்டிருந்தவனை ஃபால்கன், 'ஹோலா... லா லா லா'வை இசைத்தபடியே வரவேற்றார். அந்தச் சேதாரத்தை அவன் மகனது கால் விரல்கள் அகற்றப்பட்டதுடன் ஒப்பிட்டுப் பார்த்தால் பொருட்படுத்த தக்கதல்ல என்றாலும்கூட அவனது முகம் தற்போதைய வறுமையை உள்வாங்கிக் கொண்டதைக் காட்டியது.

இரண்டொரு முறை வந்திருக்கிறான் என்றாலும் ஆல்ஃபிரடோவின் நடையிலும் முகத்திலும் சற்றே தயக்கமிருந்தது.

உள்ளே வந்தவனை வரவேற்ற ஃபால்கனின் மனைவி தன் நாற்காலியைத் தந்துவிட்டுப் பக்கவாட்டு அறையின் திரையை முழுமையாக விரித்துவிட்டாள். அதைக் கவனித்தும் கவனிக்காததுமாய்த் தனக்கான நாற்காலியை ஃபால்கனின் இருக்கைக்கு நேரெதிரே இழுத்துப்போட்டு அமர்ந்தான்.

இருவருக்குமான இடைவெளியில் நிறைவேறாத பெருங்கனவு முந்திக்கொண்டிருந்தது. அந்தப் பந்தயத்தில் ஃபால்கன் வெற்றிப்படிகளின் உச்சியில் அமர்ந்திருந்தார். இவன் அவரது பழுப்பு நிறக் கண்களையும், மழிக்கப்படாத, சாயம் இறங்கிய மீசையையும் அதனுடன் தொடர்பிலிருந்த தாடியையும் ஊடுருவிப் பார்த்துக் கொண்டிருந்தான்.

அப்போது அறைக்குள்ளிருந்து மொழிச்சாயல்களற்ற, தீர்க்கமான உச்சரிப்பற்ற விநோதக் குரலொன்று, சோக கீதம்போல எழுந்து அடங்கியது. சட்டென ஃபால்கன் தன் உடலில் தொங்கிய கிடாரை குறுக்குவெட்டாகப் பிடித்துக்கொண்டு இசைக்கத் தொடங்கினார். நகர்ந்துகொண்டிருந்த அந்த நிமிடம் கடப்பதற்குள்ளாக மறுபடியும் அந்தக் குரல்.

ஆல்ஃபிரடோ தனது விழிக் கோளத்தால் அந்தக் கூடத்தை முழுவட்டமாக ஆராய்ந்தான்.

குறிப்பைத் தவறவிட்டதைப் போலக் கிடாரிலுள்ள கம்பிச் சரங்கள் தொய்வடைந்தன. இசைத்துக்கொண்டபடியே ஆல்ஃபிரடோவிடம் கேட்டார். "ஃபிகோ எப்படி இருக்கிறான். இது சம்பிரதாயக் கேள்விதான் என்றாலும் நாகரீகம் பேணவேண்டியிருப்பதால் கேட்கவேண்டியிருக்கிறது."

கன்னத்தைத் தடவிக்கொண்டிருந்த ஆல்ஃபிரடோ அவரது கேள்விக்கு எந்த வகையிலும் பொருத்தமில்லாதவாறு தலையை உலுக்கினான்.

அந்த அறையிலிருந்து ஏதோ கோரிக்கையை வலியுறுத்தக்கூடிய அந்தக் குரல் இடைவிடாது ஒலித்ததும் வாசிப்பை நிறுத்தியவர், எதிரிலிருந்தவனிடம் அனுமதி கூறிவிட்டு அந்த அறையை நோக்கி நடந்தார். உள்ளே ஒரு இரகசிய ஒப்பந்தத்திற்கான பேச்சுவார்த்தை நடந்துமுடிந்து வெளியே வந்தவர் இவனை அறைக்குள் வருமாறு கேட்டார். இவன் தயங்கினாலும் மறுக்கவில்லை.

சிலநிமிடங்களுக்குப் பிறகு வெளியில் வந்ததும் ஃபால்கனிடம், "நான் உங்கள் மகனது கோரிக்கையை நிறைவேற்றுவேன்" என்றான். "நன்றி மிஸ்டர் ஆல்ஃபிரடோ" என்றவர், அவனது நாற்காலியை நோக்கிக் கை நீட்டி அமரச் சொன்னார். மரியாதைக்காக அமர்ந்தவன் நேரத்தைப் பார்த்துவிட்டுக் கிளம்புவதாகச் சொன்னான். சரி... என்றவரிடம்,

"நான் உங்களிடம் பேசவேண்டும் என்றுதான் இங்கே வந்தேன்" என்றான்.

"ஆமாம். ஆமாம். நான் அதைக் கவனத்தில் கொள்ளவில்லை பாருங்கள். சொல்லுங்கள் மிஸ்டர் ஆல்ஃபிரடோ. என்ன பேசவேண்டும் உங்களுக்கு" என்றார்.

ஃபால்கனின் மனைவி அந்தக் கூடத்தைக் கடந்துபோகும்வரைக் காத்திருந்துவிட்டு, "எனக்கு ஒரு உதவி வேண்டியிருக்கிறதே."

"என்ன உதவி கேளுங்கள்."

"இரண்டொருமுறை உங்களிடம் கேட்டதுதான். இப்பொழுது உங்களது சக்திக்கு முடியுமா பாருங்கள்."

"என்ன உதவி? உங்களுக்கு இப்பொழுது பொருளாதாரத் தேவை இருக்கிறதா?"

"ஆமாம். உங்களைச் சிரமப்படுத்தக்கூடாது என்றுதான் நினைத்தேன். இப்பொழுது ஃபிகோவின் மருத்துவச் செலவு என்னை நிலைகுலைய வைத்துவிட்டது."

"சரி... உங்களது தேவை எவ்வளவு? எப்போது எனக்குத் திரும்பக் கிடைக்கும்?"

"ஆயிரம் ரெயால் தருவீர்களா? என் ஊதியம் கிடைத்ததும் தருகிறேன். அல்லது அதற்கு முன்னதாகக்கூட" என்றான்.

ஃபால்கன் யோசிக்கவில்லை. தனது அறைக்குள் சென்றுவந்தார்.

3

அன்றைய இரவு வேலை முடிந்து வந்த ஆல்ஃபிரடோ, தன் மகனிடம் ஜினடினின் ஆவலைச் சொன்ன அடுத்த நிமிடத்திலிருந்தே நச்சரிப்பைத் தொடங்கியிருந்தான். அது அன்றைக்கு ஆகவில்லை. இந்த ஒருவாரத்தைக் கடந்தும் நிறைவேறியபாடில்லை. காரணம், ஆல்ஃபிரடோ, ஃபால்கனிடம் கடனாளியாகியிருந்தான் என்பதுதான். இவனைக் காட்டிலும் பொருளாதார நிலையில் அவர் எந்த விதத்திலும் வலுவானவரல்ல. அதைவிடவும் இவனது மிதமிஞ்சிய இப்போதைய திடீர் மருத்துவச்செலவுகளை அவர் அவ்வப்போது எதிர்கொள்ளக்கூடியவரென்பதால் அந்தச் சிரமத்தை அவருக்களிக்கக் கூடாதெனச் சொல்லிக்கொண்டே இருந்தான். அந்த ஆயிரம் ரெயால் அவரிடம் வாக்களித்த கெடுவிற்குள் கொடுப்பதற்கு இன்னும் நாட்கள் இருக்கிறதுதான் என்றாலும் வாங்கியதை முன்னதாகக் கொடுத்துவிடும் பொருட்டு உணவகம் மது விடுதியெனப் பகல் இரவு பாராமல் கடுமையாக உழைக்கத் தொடங்கியிருந்தான். நட்சத்திரம் எரிந்து விழுவதைப் பார்த்து அதிசயித்த யாரோ ஒருவரின் மனநிலையைப் போலத்தான் வீட்டிற்கு வரவேண்டியிருந்தது.

கேத்தலோனிய எழுத்தாளரின் கோரிக்கையைப் பரிசீலிக்கலாமென எண்ணியிருந்ததைத் தற்போது நடைமுறைப்படுத்தக் கூடியவனாக இல்லை. முன்னைக் காட்டிலும் இப்போது மேசைக்கு மேசை உடலைத் தாராளமாக வளைக்கத்தான் செய்கிறான். இந்த வளைப்பு, அவனைக் கடன் சுமையிலிருந்து தளர்த்தக்கூடிய சாத்தியங்களைக் கொடுத்துக் கொண்டிருந்தது. குறிப்பாகக் கடந்த நாட்களில், இந்த ஃப்ரான்கா நகரின் மிகப்பெரிய ஏற்றுமதி நிறுவனத்தின் ஏற்பாட்டில் அமைந்திருந்த வெளிநாட்டு வாடிக்கையாளர்களின் கேளிக்கை விருந்தில் கணிசமான மேசை அன்பளிப்பைப் பெற்றிருந்தான். அந்தச் சேமிப்பானது, அவன் ஃபால்கனிடம் வாங்கியிருந்த கடன் தொகைக்கு நேராகியிருந்தபோது வாங்கியதைக் கொடுத்துவிடலாம் என்றான் தன் மனைவியிடம்.

ஜினடினை சந்திக்கும் ஆவலுடனிருந்த ஃபிகோ, "அப்படியே செய்யுங்கள் அப்பா. அப்போது என்னையும் அழைத்துக்கொண்டு போங்கள்" என்றான். ஆல்ஃபிரடோ மறுக்கவில்லை. ஃபால்கனை ஃபோனில் அழைத்து ஃபிகோ-ஜினடினின் சந்திப்பு இன்றைக்குச் சாத்தியப்படுமா என்றான். ஒரு நிமிடத்திற்குள் முடிந்த அவர்களது உரையாடலை கூர்மையாக உள்வாங்கிய ஃபிகோ

தன் அப்பாவின் சம்மதத்தை எதிர்பார்க்கவில்லை. இரண்டு கால்களுக்கிடையிலிருந்த பந்தை தன் உயரத்திற்கு எத்திவிட்டுத் தலையில் வாங்கிப் பின், பிடரியில் நிறுத்தி, முதுகு வழியே இறக்கி, பின்னங்காலால் முன்புறம் எத்திவிட்டுக் கையில் பிடித்துக்கொண்டு கேட்டான். "இப்போவே போறமாப்பா?" தரையில் நிலைக்கச் சிரமப்பட்டவனைப் பிடித்துக்கொண்ட ஆல்ஃபிரடோ, "இல்லை. ஜினடின் மருத்துவமனைக்குச் சென்று வந்து ஓய்வெடுக்கிறானாம். நாம் மாலையில் போகிறோம்" என்றான்.

4

அந்தத் திங்கட் கிழமையின் பிற்பகலில் ஃபிகோ தன் அப்பாவுடன் ஜினடினின் வீட்டிற்குச் சென்றான். ஃபால்கன், 'ஹோலா லாலா'வை இசைத்தபடி அவர்களை வரவேற்றார். அடுத்தச் சில நிமிடங்களில் சட்டென நின்றுபோயிருந்த கிடார் வாசிப்பையும், திடீரெனக் கிசுகிசுக்கத் தொடங்கியிருந்த உரையாடல்களையும் கவனித்த ஜினடின் தனது அறையிலிருந்து தனக்கான விசேச நாற்காலியில் கூடத்திற்கு வந்தான். அங்கே அவனைக் குறைகளற்றவனாக, மரியாதைக்குரியவனாக வரவேற்றனர். உற்சாக மிகுதியில் இருந்தவன், முதலில் ஃபிகோவைப் பார்த்து அவன் கைகளைப் பற்றிக்கொண்டு ஏதோ விசாரித்தான். பிறகு, அவனது அப்பாவிற்குக் கை குலுக்கிவிட்டுத் தன் அப்பாவை நோக்கிக் கையசைத்தான். ஆமோதித்த தொனியில் உதட்டை உள்பக்கமாகக் குவித்துக்கொண்ட அவர், 'ஹோலா லாலா'வை மென்மையாக வாசிக்கத் தொடங்கினார்.

ஃபிகோ அவனது பள்ளி நேரங்களைக் கடந்த ஏனைய பொழுதுகளில் பிரேசில் கால் பந்தாட்ட அணிகளுக்கான நீல நிற ப்ராக்டிஸ் கிளாத்தும் (லோயர்) மஞ்சள் நிற மேல் சீருடையும், சாக்கர் க்ளீட்ஸ் (ஷூ) உடனும்தான் இருப்பான். கையில் பந்தையும் விளையாடவிட்டுக்கொண்டிருப்பான். அன்றைக்கும் அப்படித்தான் இருந்தான். அந்தச் சீருடைப் பனியனின் முதுகுப் புறத்தில் 'எம்ப்பாப்பே' என்று ஆங்கிலத்தில் அச்சிடப்பட்டிருந்தது. அதைக் கண்ட ஜினடின் தனது தத்துபித்து வார்த்தைகளால் ஃபிகோவிடம் கேட்டான். "உன் ஆள் யார்? எம்ப்பாப்பே தானா?"

ஃபிகோ, "ஆமாம்" என்றான்.

ஜினடின் தன் கண்களைச் சுருக்கி விரித்துக் கொண்டபடி, "ஓஹோ... எதனால் உனக்கு அவனைப் பிடிக்கும்?"

"முன்கள ஆட்டக்காரனான அவனது நுணுக்கமான செயல்பாடுகளும் நேர்த்தியான பங்களிப்பும் என்னை வெகுவாகக் கவர்ந்ததனால்தான் பிடிக்கிறது. இதற்கு முன்னர் என் விருப்பத்தில் உறைந்திருந்தவனைக் காட்டிலும் இவனால் நான் வெகுவாக ஈர்க்கப்பட்டிருக்கிறேன். இவனது ஆட்டத்தை முன்மாதிரியாகக் கொண்டுதான் இனி என் கால்பந்தாட்ட எதிர்காலம் அமைய வேண்டுமெனத் திட்டமிட்டிருக்கிறேன்" என்றான்.

"அப்படியானால் உன் நாட்டின் ஆட்டக்காரர்கள் யாரும் உன்னை ஈர்க்கவில்லை? அப்படித்தானே...?" என்றான் ஜினடின்.

"அப்படியில்லை. ஆனால் எனக்கு இந்தக் கேள்விக்குப் பதிலுமில்லை" என்றான் ஃபிகோ.

ஃபிகோவைப் போலவே ஜினடினும் அதே மாதிரியான அம்சத்தில்தான் இருந்தான். சட்டெனத் தன் உடலை முன்புறமாகச் சாய்த்தான். அந்த மஞ்சள் நிற பனியனின் முதுகுப் புறத்தில் 'கிறிஸ்டியானோ ரொனால்டோ' என்று ஆங்கிலத்தில் அச்சிடப்பட்டிருந்தது. அதைப் படித்த ஃபிகோ அவனது உடலை நிமிர்த்தி உட்காரவைத்துக்கொண்டபடி கேட்டான்.

"உன் ஆள் யார்? கிறிஸ்டியானோ ரொனால்டோதானா?"

ஜினடின் "ஆமாம்" என்றான்.

"ஓஹோ... வெல். நீ என்னை நோக்கி எழுப்பியக் கேள்விகளை இப்போது நான் உன் பக்கம் வைக்கிறேன். எதனால் உனக்கு அவனைப் பிடிக்கும்?"

"நீ சொன்ன அதே காரணங்கள்தான். நுணுக்கமான செயல்பாடு. நேர்த்தியான பங்களிப்பு" என்றான் ஜினடின்.

"அப்படியானால் நீயும் இதற்கு முன்னதாக உனக்குள் உறைந்து போயிருந்தவனை அகற்றி விட்டிருப்பாய்? அப்படித்தானே...?" ஃபிகோ கேட்டான்.

ஜினடின் சற்று யோசித்தபடி உட்கார்ந்திருந்துவிட்டு, "ஆமாம். மிகவும் சங்கடமான சூழல்தான். என்ன செய்வது. ஆனால் என் பழைய ஆளும் சளைத்தவன் அல்ல" என்றான்.

"ஓஹோ... அப்படியானால் நீ யாரை முன்மாதிரியாகக் கொண்டிருக்கிறாய்?"

"பழையவனும் தற்போதையவனும்தான்" என்றான் ஜினடின்.

"இவர்கள்தான் என்கிற தெரிவிலோ முடிவிலோ இனி மாற்றமிருக்குமா...?" என்றான் ஃபிகோ.

ஜினடின், "எனக்குத் தெரியாது என்று உதட்டைப் பிதுக்கினான்."

"சரி... உன் நாட்டின்... மன்னிக்கவும். நம் நாட்டின் ஆட்டக்காரர்கள் யாரும் உன்னை ஈர்க்கவில்லை? அப்படித்தானே?"

ஜினடின், ஃபிகோவைக் கூர்மையாகப் பார்த்தபடி, "அப்படியில்லை. என் முந்தைய ஆள் என் நாட்டவன்தான். மன்னிக்கவும். நம் நாட்டவன்தான்" என்றான்.

ஃபிகோவின் விருப்பத்திற்குரிய எம்ப்பாப்பே என்கிற ஆட்டக்காரனோ, ஜினடின் விருப்பத்திற்குரிய கிறிஸ்டியானோ ரொனால்டோ என்கிற ஆட்டக்காரனோ எந்த வகையிலும் இந்த மண்ணிற்கு உரிமையானவர்கள் அல்ல. முன்னவன் ஃப்ரான்ஸ். பின்னவன் போர்த்துகீசியன்.

அதுபோலவே 'லூயிஸ் ஃபிகோ' என்கிற பெயரும், 'ஜினடின் ஜிடேன்' என்கிற பெயருமேகூட இந்த மண்ணிற்கு உரியவையல்ல' முன்னது போர்த்துகீசியம். பின்னது இத்தாலி.

ஆல்ஃபிரடோவும், ஃபால்கனும் தங்கள் பிள்ளைகளுக்கு வைத்திருக்கும் இந்தப் பெயர்கள் கால்பந்தாட்டத்திற்குத் தொடர்புடையது என்பதுடன் அவரவருடைய கனவாகவும் இருக்கக்கூடும்.

அவர்கள் தம் பிள்ளைகளின் உரையாடல்களை ஆழமாகக் கவனித்துக் கொண்டிருந்துவிட்டு ஒருவரையொருவர் பார்த்துக்கொண்டனர்.

ஜினடின், ஃபிகோவைத் தன் அறைக்கு அழைத்தான். ஃபிகோ தன் அப்பாவையும் அவனது அப்பாவையும் மாறி மாறிப் பார்த்தான். ஃபால்கன், "போ ஃபிகோ. உன் நண்பன் ஆவலுடன் கூப்பிடுகிறான் நீ எங்களைப் பார்க்கிறாயே" என்றார். ஜினடின் தன் பிரத்தியேக நாற்காலியை நகர்த்திய போது, ஃபிகோ தான் உதவுவதாகச் சொல்லி அந்த நாற்காலியைத் தள்ளிக் கொண்டு போனான்.

அந்தபோது ஃபால்கன், ஆல்ஃபிரடோவிடம் அனுமதி வாங்கிவிட்டு வீட்டின் ஒரு அறைக்குள் நுழைந்தார். ஒரு சிகரெட் கரையக்கூடிய நேரம் கழித்து வந்தவரிடம், ஆல்ஃபிரடோ இரகசியமாகக் கேட்டான்.

"நீங்கள் புகைத்தது 'டன்ஹில்' சிகரெட் தானே?"

ஃபால்கன் ஆமோதிக்கும் தொனியில் தோள் பட்டையை உயர்த்தித் தலையை வெட்டியபடி, "எப்படி இத்தனைத் துல்லியமாகச் சொன்னீர்கள்?"

"இதென்ன பெரிய காரியமா? ஒரு அறைக்குள்ளே ஒரே நேரத்தில் நூறு பேரை புகைக்கவிட்டால்கூட அந்தப் புகையை வைத்தே தனித் தனியாகச் சொல்லுவேன் அது என்ன சிகரெட் என்று" என்றான்.

ஃபால்கன் ஆச்சர்யத்தில் புருவமேட்டை உயர்த்திக்கொண்டபடி கேட்டார். "நீங்கள் புகைப்பீர்களா...?"

"இல்லை. ஆனால் நான் தன்முனைப்பற்றுப் புகைக்கிறேன். அதாவது மதுக்கூடத்திற்கு வரக்கூடியவர்கள் புகைப்பதைச் சுவாசிக்கிறேன்" என்றுவிட்டுத் திடீரெனக் கண்களை மூடியபடி சுவாசத்தை முடிந்த மட்டும் உள்ளிழுத்து வெளியேற்றிக் கொண்டவாறு, "இட்ஸ் அ குட் அரோமா" என்றான்.

கிடார் வாரை தன் உடம்பில் மாட்டிக்கொண்டிருந்த ஃபால்கன், அவனைக் கூர்மையாகக் கவனித்துவிட்டுச் சத்தமாகச் சிரித்தார். அப்போது ஃபால்கனின் மனைவி காபியுடன் வந்திருந்தார். ஆல்ஃபிரடோ எதை அப்படிச் சிலாகித்தான் என்பதைப் புரிந்துகொண்ட ஃபால்கன் தன் மனைவி கொண்டுவந்திருந்த காபி கோப்பையில் ஒன்றை ஆல்ஃபிரடோவிற்குக் கொடுத்துவிட்டுத் தனக்கானதையும் எடுத்துக் கொண்டார். ஆல்ஃபிரடோ தன் கையிலிருந்த கோப்பையை இரண்டாவது முறையாக உறிஞ்சியதும் ஏதோ நினைத்துக்கொண்டதைப்போலச் சட்டெனத் தன் நாற்காலியின் முன்னே இருந்த டீ-பாயில் கோப்பையை வைத்துவிட்டுப் பேண்ட் பாக்கெட்டிலிருந்த கத்தையான தாள்களை எடுத்து ஃபால்கனிடம் நீட்டி நன்றி தெரிவித்தான். என்ன இது என்றவரிடம், தான் கடனாகப் பெற்றது என்றான். திருப்பிக் கொடுப்பதாகச் சொன்ன கெடுவிற்கு இன்னும் நாட்கள் இருக்கிறதே என்றவருக்கு மறுபடியும் நன்றி தெரிவித்துவிட்டு தேநீர்க் கோப்பையை எடுத்தபோது அந்தப் பீங்கான் தவறி விழுந்து நொறுங்கியது. பதறிய ஆல்ஃபிரடோவின் தொடையில் கைவைத்து அழுத்தினார் ஃபால்கன். சற்று நேரத்திற்கெல்லாம் அவரது மனைவி இன்னொரு காபி கொண்டு வந்தார். அதை வாங்கிக்கொண்டவர், "மன்னிக்கவும்" என்றார்.

"வேண்டுமானால் நீங்கள் எனக்கு நன்றி சொல்லலாம். எதற்காக மன்னிக்கச் சொல்லுகிறீர்கள்?" என்றார் ஃபால்கனின் மனைவி.

"அழகிய இந்த மஞ்சள் நிறக் கோப்பையை உடைத்துவிட்டேன். அதில் வரையப்பட்டிருந்த கால்பந்துகளையும் அதை எத்தக்கூடியவர்களையும் அவமதித்த உணர்வு ஏற்படுகிறது எனக்கு. எல்லாவற்றுக்கும் மேலாக உங்களையும் சிரமப்படுத்திவிட்டேன் இல்லையா" என்றான்.

"இதற்காகவெல்லாம் மன்னிப்புக்கோர வேண்டியதில்லை நீங்கள். இதைப்போல இன்னும் நிறையக் கோப்பைகள் உண்டு எங்களிடம். சரி... அது போகட்டும். காபியின் சுவை எப்படி இருக்கிறது?"

"மிக அற்புதம். வேண்டுமானால் உங்கள் கணவரைக் கேளுங்கள் இந்த நறுமணத்தை நான் எப்படிச் சுவைத்தேன் என்று?"

ஃபால்கன் தன் மனைவியையும் ஆல்ஃபிரடோவையும் பார்த்துச் சிரித்துவிட்டு 'டிங்... டிங்...' என்று எதையோ உற்சாகமாக இசைத்தார். அந்த இசைப்புக்கு ஒத்திசைவாக ஃபால்கனின் மனைவி எதையோ முணுமுணுத்துக்கொண்டபடி தன் கையிலிருந்த தட்டில் தாளம் போட்டுக் கொண்டே ஜீன்ஸ் கால்களைக் குதித்துக் குதித்து உடலை முன்னும் பின்னுமாக அசைத்துக்கொண்டபடி உள்ளே போனார்.

ஆல்ஃபிரடோ வார்த்தைகளற்றவனைப் போலத் தன் பழுப்பு நிற விழிக் கோளத்தால் அந்தக் கூடத்தை மேய்ந்துகொண்டிருந்தான். ஃபால்கன் கேட்டார். "ஆல்ஃபிரடோ நீங்கள் எதற்காக அந்தச் சிமெண்ட் தூணை உங்கள் காலால் எத்தி காயப்படுத்திக் கொள்கிறீர்கள்? உங்களை நான் இப்படி அடிக்கடிப் பார்க்கிறேன். காரணம் என் அனுமானத்திற்கு உட்பட்டதுதான் என்றாலும் நீங்கள் சொல்லுங்களேன். எதற்காக?"

சோகமான முகத்துடனிருந்த ஆல்ஃபிரடோ, "எல்லாம் உங்கள் அனுமானத்திற்கு உட்பட்டதுதான் அது" என்றான்.

"உங்கள் மகனது கால் விரல்களைப் பதம் பார்த்ததற்காக அந்தத் தூணை எத்துகிறீர்கள்? அப்படித்தானே?"

ஆல்ஃபிரடோ ஆமாம் என்றான்.

"இந்தச் செய்கையால் மேற்கொண்டு நீங்களும் காயமடைந்தால் என்னாவது என்று யோசித்தீர்களா?"

"ஆமாம். நான் அதை யோசிக்காமல் இல்லை. அதை விடுங்கள். நீங்கள் ஏன் உங்களது வேலையை எழுதிக்கொடுத்துவிட்டு இப்படிச் சதா இந்தக் கிடாரையே வாசித்துக் கொண்டிருக்கிறீர்கள்?"

ஃபால்கன் தன் சிறப்புக் குழந்தையைப் பராமரிப்பதற்காக, அதாவது அவனது விருப்பத்திற்கு இணங்க, கிடார் வாசிப்பதற்காகவே விமான நிலைய உயர் அதிகாரி வேலையை எழுதிக்கொடுத்துவிட்டதாகச் சொன்னார்.

"சரி. நீங்கள் ஏன் 'ஹோலா லாலா'வையே எப்போதும் வாசிக்கிறீர்கள்? அதொரு உலகக்கோப்பை கால்பந்தாட்டப் பாடல் என்பதாலா? அப்படியானால் இது உங்களது விருப்பமா? அல்ல உங்கள் மகனது விருப்பமா?"

"ஆல்ஃபிரடோ. இதென்ன கேள்வி? நூறு சதவீதம் என் மகனது விருப்பம்தான்."

"ஃபால்கன். நான் உங்களிடம் ஒன்றைக் கேட்கப் போகிறேன். நீங்கள் தவறாக நினைக்க மாட்டீர்களே?"

“என்ன அது ஆல்ஃபிரடோ? கேளுங்கள். கேள்வியைப் பொறுத்து நான் என்ன நினைக்கிறேன் என்பதை நீங்களே புரிந்துகொள்ளலாம்.”

“ம்ம்ம்... பயிற்சியின்போது உங்கள் மகனுக்கு என்ன நடந்தது? எத்தனை வருடங்கள் இருக்கும்? உங்களது கவலையைக் கிளறுகிறேன் என்று நினைக்க வேண்டாம். அன்றைக்கு நீங்கள் இருந்த அதே நிலையில்தான் இன்றைக்கு நானும் இருக்கிறேன். உங்களது பதிலிலிருந்து சில ஆறுதல்களை நான் உணரமுடியும். இந்தச் சூழலைக் கடக்கக்கூடிய தைரியம் எனக்குக் கிடைக்கலாம். அதனால்தான் கேட்கிறேன்.”

“நிச்சயமாக ஆல்ஃபிரடோ. உங்கள் வேதனை எனக்குப் புரியும். தனக்கு வாய்க்காததை எனக்குக் கிடைக்கவேண்டுமென என் அப்பா கண்ட கனவைத்தான் நானும் கண்டேன். என் கனவு மரபுவழியிலான சாபக்கேடாகிவிட்டது. இனி என் மகன் கால்பந்து ஆடுவது முடியாது” என்றுவிட்டு முகத்தின் கீழ் பாதியை இடது கையால் மூடிக்கொண்டபடி இருந்துவிட்டுச் சொன்னார். “பந்தை அவன் நெஞ்சில் வாங்கி, தொடையில் இறக்கி உயரத்திற்குத் தட்டிவிட்டு ‘பை-சைக்கிள் ஷாட்’ அடித்துவிட்டு மல்லாக்க விழுந்தவன்தான். அப்போது அவனுக்கு ஒன்பது வயது. நான்கு வருடங்கள் ஓடிவிட்டது.”

முழங்கையைத் தொடையில் ஊன்றி உடலை ஒரு பக்கமாகச் சரித்துக்கொண்டு அமர்ந்திருந்த ஆல்ஃபிரடோ, பார்வையை உயர்த்தியபடிச் சொன்னான். “ஃபால்கன். மீட்டெடுக்க முடியாத உங்களது இழப்பிற்கு என்னால் ஆறுதல் சொல்ல முடியாது. என்றாலும்கூட உங்களைத் தேற்றிக்கொள்ளுங்கள். நிலைமை இதற்குக் கீழே விழுந்து விடாமல் பார்த்துக்கொள்ள வேண்டிய பொறுப்பு நமக்கிருக்கிறது. உங்களது மனைவியின் ஊதியம் போதுமென்கிற மனதுடன் நீங்கள் வேலையை விட்டுவிட்டு உங்களது மகனைப் பார்த்துக்கொள்வதென எடுத்த முடிவுதான் மிகச் சரி. என் மகனது எதிர்காலம் எப்படி அமையப்போகிறதென்று தெரியவில்லை. காலில் நான்கு விரல்கள் அகற்றப்பட்டதால் அவன் பல சிரமங்களை அனுபவிக்கிறான். உங்களது தந்தையைப் போலத்தான் என் தந்தையும் எனக்கான கனவைக் கண்டிருந்தார். இப்போது என் மகனுக்காக நான் காண்கிறேன். ‘மரபு வழியிலான சாபக்கேடு’ என்கிற வார்த்தை என்னை நிலைகுலைய வைக்கிறது. என்றாலும்கூட உங்களது மகனுக்காக நீங்கள் எடுத்துக்கொள்ளும் சிரத்தை எனக்கு நம்பிக்கையளிக்கிறது” என்றபடி மணிக்கட்டைப் புரட்டிப் பார்த்துவிட்டு ஜினடினின் அறைப் பக்கமாகப் பார்த்தபோது ஃபால்கன் பேச்சுக்கொடுத்தார். அதன் பிறகும்

வெகுநேரம் பேசிக்கொண்டிருந்தனர். ஆல்ஃபிரடோ தன் தரப்பின் கடந்த காலங்களையெல்லாம் ஒப்பித்தார். ஃபால்கனும் தன் குடும்பம் எதிர்கொண்ட சவால்களையும் தன் மகன் எதிர்கொண்ட சவால்களையும் சொல்லி வேதனையுற்றார். பிறகு, "நான் எதற்காக இந்த வேதனைகளையெல்லாம் உங்களுக்குக் கடத்துகிறேன் என்றால்... ஏறத்தாழ என் நிலையை ஒட்டியிருப்பதாகச் சொல்லக்கூடிய உங்களுக்கு எத்தனைப் பெரிய இன்னல்களையும் சமாளித்து வெளிவரக்கூடிய ஆற்றல் கிளைக்கலாம்" என்றார்.

மறுபடியும் மணிக்கட்டைப் புரட்டிப் பார்த்த ஆல்ஃபிரடோ, நாற்காலியிலிருந்து அசைந்து கொடுத்தபடி, "நிச்சயமாக ஃபால்கன். இந்தச் சந்திப்பு நம் பிள்ளைகளின் விருப்பத்திற்காக ஏற்பாடு செய்யப்பட்டது தான் என்றாலும் எனக்கும் பயனுள்ளதென நினைக்கிறேன். இங்கு வந்ததைக் காட்டிலும் இப்போது நான் நூறு மடங்கு நம்பிக்கையுடன் இருக்கிறேன். இதே சக்தியுடன் இங்கிருந்துக் கிளம்பலாமென்றும் நினைக்கிறேன். நேரம்வேறு கடந்துகொண்டிருக்கிறது" என்றபடி எழுந்தான்.

ஃபால்கனும் சுவற்றிலிருந்த கடிகாரத்தைப் பார்த்துவிட்டு, ஆமோதித்த தொனியில் ஆல்ஃபிரடோவை தன் மகனது அறைக்கு அழைத்துக்கொண்டு போனார். அங்கே அவர்கள் தொலைக்காட்சியில் கால்பந்தாட்டத்தைப் பார்த்துக்கொண்டு அவ்வப்போது எதையோ தீவிரமாக ஆலோசித்தபடி இருந்தனர்.

ஆல்ஃபிரடோ தன் மகனிடம், "என்ன மேட்ச் இது ஃபிகோ... கிளம்பலாமா...? நேரமாகிவிட்டது. ஜினடின் ஓய்வெடுக்கட்டும். நாம் இன்னொருநாள் வரலாம்" என்றான். ஜினடின் ஆல்ஃபிரடோவிடம், "ஆர்செனால் வெர்சஸ் ச்செல்சீ அங்கிள். இன்னும் ஐந்து நிமிடங்கள் அங்கிள்" என்றுவிட்டு ஃபிகோவிடம் எதையோ கிசுகிசுத்துக் கொண்டிருந்தான்.

ஃபால்கனும் ஆல்ஃபிரடோவும் ஒருவரையொருவர் பார்த்துப் பூரித்துக் கொண்டனர். ஆல்ஃபிரடோவும் ஃபால்கனும் இன்னும் எதை எதையோ பேசத் துவங்கினர். பத்துப் பதினைந்து நிமிடங்களுக்குப் பின்னர்ச் சுதாரித்த ஆல்ஃபிரடோ, "ஃபிகோ... கிளம்பலாம்" என்றான். அவனோ இந்த முறை தன் தந்தையிடம் ஐந்து நிமிடம் அனுமதி கேட்டுவிட்டு ஜினடினைப் பார்த்துச் சிரித்துக்கொண்டான். இருவரது முகத்திலும் பிரிவதற்கான மனநிலை விலகவில்லை என்றாலும் எதார்த்தத்தை உணர்த்தக்கூடிய கும்மாளமான பேச்சுகளுடன் அன்றைய சந்திப்பு முடிவிற்கு வந்தது.

5

I

இன்னும் சிலமணி நேரத்திற்குள் இருளை முழுமையாக விடுவிக்க விருக்கும் அந்த அதிகாலையின் பரபரப்பான பொழுதில் ஆல்ஃபிரடோ வீடு நோக்கி நடந்துகொண்டிருந்தான். சுரங்கப் பாதையிலிருந்து அதன் படிக்கட்டுகளில் ஏறிக்கொண்டிருந்தபோது எதிரே சாலையோரக் கலைஞனொருவன் தன்னிடமுள்ள கருவியால் போர்த்துகீசிய மொழியின் சோகமயமான பாடலை ஊதிக்கொண்டே வந்தான். இந்நகரத்தின் பிரதான வீதிகளுக்கு மிகவும் பரிச்சயப்பட்டவன் அவன். அந்தக் குள்ளமானவனின் அச்சுறுத்தக்கூடிய இராணுவப் பச்சை நிற ஒற்றைக்கண் பார்வை அத்தனை எளிதில் எதிர்கொள்ளக்கூடியதாக இருக்காது. அவன் வாசித்த வரிகளை அபகரித்துக்கொண்ட ஆல்ஃபிரடோ அதையே முணுமுணுத்துக்கொண்டு நடந்தான். தன் குடியிருப்பு வளாகத்தை அடையக்கூடிய முக்கியச் சாலைக்குள் நுழைந்ததும், திடீரென எதையோ மறந்தவன்போலத் தலையில் தட்டிக்கொண்டான். பிறகு, நிதானித்துக்கொண்டவன், நடையில் இருந்த தயக்கத்தை உடைத்தெறிந்து வேகுவேகென நடந்தான். ஏறத்தாழ அவன் குடியிருப்பு வளாகத்திற்குள் நுழைந்தபோது, பயிற்சி உடைகளுடன் கால் பந்தை கேரியரில் வைத்துக்கொண்டு மைதானத்தை நோக்கிக் கிளம்பி வந்த ஃபிகோ, தன் அப்பா நடந்து வருவதைக்கண்டு பெடலிலிருந்த கால்களைத் தரையில் ஊன்றி நிறுத்தி, "எங்கே அப்பா உன் சைக்கிள். ஏன் நீ நடந்து வருகிறாய்?" என்றான். "நேற்றைய இரவில் எடுத்துக்கொண்டுதான் போனேன். இப்போது ஏதோ ஞாபகத்தில் நடந்து வந்துகொண்டிருக்கிறேன். சுரங்கப் பாதையிலிருந்து மேலே வந்ததும்தான் நினைவில் வந்தது. என் வேலை இடத்தில் அது பத்திரமாகவே நிற்கும். பயமில்லை" என்றான். சட்டெனத் தன் இடது கையைப் புரட்டிப் பார்த்த ஃபிகோ, "சரி அப்பா. எனக்கு நேரமாகிறது. நீ போய் நன்றாக ஓய்வெடு. நான் கிளம்புகிறேன் என்றுவிட்டுத் தன் வாகனத்திலேறிப் பறந்தான். தன் பார்வையிலிருந்து மறையும் வரை அவன் சைக்கிள் மிதிக்கும் வேகத்தைக் கூர்மையுடன் கவனித்துக் கொண்டிருந்த ஆல்ஃபிரடோவின் முகத்தில் நம்பிக்கை நரம்புகள் புத்துயிர் பெற்று ஓடிக்கொண்டிருந்தது.

அன்றைய பிற்பகல் மூன்று மணி சுமாருக்கு விழித்தெழுந்த ஆல்ஃபிரடோ, தன் அறையைச் சுற்றி மேய்ந்தான். சன்னலுக்கு வெளியே ஈரப்புழுதி நசநசத்துக் கொண்டிருந்தது. கிறக்கமான கண்களுடன் வாசலுக்கு நேரெதிரே கூடத்தில், பார்வைக் கண்ணாடி வழியே ஒரு புத்தகத்தைத் தீவிரமாக உழுதுகொண்டிருந்த தன் அப்பாவையே சிறிது நேரம் பார்த்துக் கொண்டிருந்தான். பிறகு, செல்ஃபோனை எடுத்துக்கொண்டு அங்கிருந்து எழுந்தவன், முகத்தைத் துடைத்துக்கொண்டு உணவு மேசைக்கு முன்னதாக அமர்ந்தான். தனக்கென அங்கிருந்தவற்றை ஒரு தட்டில் பரிமாறிக்கொண்டு சாப்பிட்டு முடித்ததும், மொபைல் ஃபோனை துழாவிப் பார்த்தான். அதில் இரண்டு மூன்று அழைப்புகள் இருந்தன. அதில் தன் மகனது பயிற்சிக் கழகத்தின் அழைப்பும் இருந்தது. காது மடலை நீட்டிக்கொண்டபடி ஆழ்ந்த யோசனையில் இருந்தவன், மனைவியை அழைத்து சாவ்-பாவ்லோ கழகத்திலிருந்து அழைத்திருப்பதைச் சொல்லிவிட்டு, எதற்காக இந்த அழைப்பென்று ஆலோசித்தான். புருவமேட்டை சுருக்கி விரித்துக் கவனமாகக் கேட்டுக்கொண்டவள், அமைதியாகவே இருந்தாள். “மாதாந்திர பயிற்சிக் கட்டணத்தில் நிலுவை இல்லை தானே...?” என்றான். ஆமாம். என்றவள், “கட்டண உயர்வோ, சிறப்புக் கட்டணமென்றோ சுமையைத் தூக்கி வைப்பதற்காக இருக்குமோ...?” என்றாள்.

விரலால் மூக்கின் ஒரு துளையை அடைத்துக்கொண்டபடி காற்றை உள்ளிழுத்து மறு வழியே வெளியேற்றிக்கொண்டிருந்த ஆல்ஃபிரடோவின் அம்மா, நாற்காலியில் நேர் உடம்பாக அமர்ந்திருந்த தன் நிலையைத் தளர்த்திக்கொண்டுவிட்டு, “அந்த எண்ணிற்கு அழைத்துக்கேள் ஆல்ஃபிரடோ” என்றார். அந்த யோசனைப்படி சாவ்-பாவ்லோ கழகத்திற்கு அழைத்துப் பேசியவன், நேரில் வந்து சந்திக்குமாறு சொன்னதைச் சொல்லிவிட்டுப் புறப்பட்டான்.

II

ஆல்ஃபிரடோவின் குடியிருப்பிலிருந்து சாவ்-பாவ்லோ கால்பந்துக் கழகத்திற்குச் செல்வதானால், நகரப் பொதுப் போக்குவரத்தின் பேருந்தென்றால் நாற்பதிலிருந்து ஐம்பது நிமிடங்களாகும். ரயிலென்றால் முப்பதிலிருந்து நாற்பது நிமிடங்களுக்குள் சென்றுவிடலாம். வந்ததும் இரவு வேலைக்குச் செல்ல

வேண்டுமென்பதால், மூன்று நாற்பதிற்கெல்லாம் ரயிலைப் பிடித்தான்.

ஆல்ஃபிரடோ, அந்தப் பிரமாண்டமான அலுவலகக் கட்டிடத்திற்குள் நுழைந்ததும், வரவேற்பறையில் தான் அழைக்கப்பட்டிருந்ததைச் சொன்னான். அந்தப் பெண் ஊழியர் இவன் மகனது அடிப்படை விபரங்களைக் கேட்டுக்கொண்டதும், ஃபோனில் யாருக்கோ பேசிவிட்டு இவனை மூன்றாவது தளத்திற்குச் செல்லப் பணித்தார். புன்னகையும் தலையசைப்புமாய், நன்றி தெரிவித்துவிட்டு அங்கிருந்து நகர்ந்தான்.

மூன்றாவது தளத்தின் நீண்ட பால்கனியில் அங்கும் இங்குமாகப் பார்த்துக்கொண்டு நடந்தவன், விளக்கொளியால் சூழப்பட்ட ஒரு விசாலமான கூடத்தின் கண்ணாடிக் கதவைத் தள்ளிக்கொண்டு நுழைந்தான். உள்ளேயிருந்த ஒரு உதவியாளர், கனிவான தொனியில் இவனை விசாரித்தார். பிறகு, அங்கிருந்த அகலமான மேடைக்கு முன்னதாகக் கிடந்த நாற்காலியில் அமரச் சொன்னார்.

சற்று நேரத்திற்கெல்லாம் அந்தக் கூடத்திற்கு வந்த ஏழெட்டு பேரைக் கொண்ட குழுவினர், அந்த அகலமான மேடையில் கிடந்த மேசைக்குப் பின்னால் அமர்ந்தனர். அவர்களுக்கு மரியாதை கொடுக்கும் பொருட்டுத் தன் இருக்கையிலிருந்து எழுந்த ஆல்ஃபிரடோ, பின்னர், வசதியாக உட்கார்ந்து கொண்டு கால்மேல் கால் போட்டுக்கொண்டான்.

அந்த நேரத்தில் பகட்டான சீருடையணிந்த சிப்பந்தியொருவர் அனைவருக்குமான காப்பிக் கோப்பையைப் பரிமாறிவிட்டுப் போனார். அக்குழுவிலுள்ள ஃபிகோவின் பிரதானப் பயிற்சியாளர் தன் கோப்பையை எடுத்து உறிஞ்சிவிட்டு ஆல்ஃபிரடோவைப் பார்த்து உங்களைச் சந்திப்பதில் மகிழ்ச்சி என்றார். ஆல்ஃபிரடோ தன் உடலை மரியாதை நிமித்தமாக முன்னெடுத்து வலக் கையால் இடப்பக்க நெஞ்சில் வைத்து அழுத்திக் கொண்டான்.

பிறகு, அந்தப் பயிற்சியாளர், ஃபிகோவின் கடந்தகால மற்றும் தற்போதைய ஆட்டம் குறித்து உயர்வாகச் சொன்னார். இவன் தன்னுடைய கோப்பையை இரு கைகளாலும் அணைத்துப் பிடித்துக்கொண்டபடி பெருமையுடன் தலையை ஆட்டிக்கொண்டான். மறுபடியும் அந்தப் பயிற்சியாளர், "இந்தப் பதிமூன்று வயதில், விளையாட்டின் அத்தனை நுணுக்கங்களையும் லாவகமாகச் செய்யக்கூடியவனிடம் சமீபமாகப் பெருங்குறையொன்றைப் பார்க்க முடிகிறது. அது மிகவும்

பின்னடைவைத் தருகிறது" என்று தன்பக்க அதிருப்தியைத் தெரிவித்தார்.

ஆல்ஃபிரடோ உதட்டிலிருந்து எடுத்த கோப்பையை மேசை மீது வைத்துவிட்டு "அந்தக் குறை என்ன...?" என்றான்.

"விளையாட்டிற்கு மிக முக்கியமான தகுதி அது. அவனது ஓட்டத்தில் வேகம் இல்லை" என்றார்.

ஆல்ஃபிரடோவின் முகம் வாடத் தொடங்கியது. காலை இறக்கிக் கீழே வைத்துக்கொண்டவன், பேண்ட் பாக்கெட்டிலிருந்து எடுத்த துணியால் நெற்றியில் முளைத்ததைத் துடைத்துக்கொண்டான்.

பயிற்சியாளர் குழுவிலுள்ள அத்தனை கண்களும் பேசுவதற்குத் தடுமாறிய ஆல்ஃபிரடோவின் முகத்தை ஆராய்ந்தது.

அக்குழுவிலுள்ள மற்றொருவர், "ஃபிகோவின் அறுவை சிகிச்சைக்குப் பிறகான பின்னடைவுதான் இது. தொடர் பயிற்சியும் முயற்சியும் அவனுக்குப் பலனளிக்கலாம். ஆனால் எந்த அளவிற்குச் சாத்தியப்படுமென்று சொல்வதற்கு முடியாது. எங்களது இயன்முறை பயிற்சி மருத்துவர் எங்களுக்கு முடிவானதொரு உத்திரவாதத்தைத் தருவதற்குத் தயங்குகிறார். ஆகையால் நாங்கள் எங்களது கால்பந்துக் கழகத்தின் சட்ட திட்டங்களுக்கு உட்பட்ட முடிவை எடுக்கவேண்டியிருக்கிறது. அதனால்தான் உங்களுக்கு இந்த விசேச அழைப்பு" என்றார்.

தலையசைத்துக்கொண்ட ஆல்ஃபிரடோ, "நான் உங்களது இயன்முறை பயிற்சி மருத்துவரிடம் பேசவேண்டும். அனுமதிப்பீர்களா...?" என்றான்.

ஃபிகோவின் பிரதானப் பயிற்சியாளர் தன் இடது கையை வலது புறமாக நீட்டி, "அதோ... அந்த இறுதியிலுள்ள இருக்கையில் அமர்ந்திருக்கிறாரே அவர்தான். நீங்கள் அவருடன் தாராளமாகப் பேசமுடியும்" என்றார்.

அவரிடம் பேசவேண்டுமெனச் சொன்ன ஆல்ஃபிரடோ அமைதியாகவே இருந்தான்.

"ஃபிகோவின் விரல் நீக்க அறுவை சிகிச்சைக்குப் பின்னர் அவன் பயிற்சிக்கு வர ஆரம்பித்து இப்போது மூன்று மாதங்கள் இருக்குமா?" இயன்முறை பயிற்சி மருத்துவர் கேட்டார்.

ஆல்ஃபிரடோ, "ஆமாம். இருக்கும்" என்றான்.

“மிகவும் துக்ககரமான, வருந்தத்தக்க சம்பவம் அது. அந்தத் துடிப்பான இளைஞனின் இலட்சியத்திற்குப் பெரும் சவாலாகிவிட்டது பாருங்கள். ப்ச். மருத்துவமனையிலேயே உங்களுக்குச் சில அடிப்படை விசயங்கள் சொல்லப்பட்டிருக்கும். குறிப்பாக, அவன் பூமியில் நிலையாக நிற்பதில் இருக்கும் சிரமங்களாகட்டும்... நடப்பதற்கு அவன் எதிர்கொள்ளும் சிரமங்களாகட்டும். நீங்களே அவனது அன்றாட வாழ்வில் சிலவற்றைக் கண்டிருக்கலாம்” என்றார்.

அவர் சொன்னதற்கு ஆல்ஃபிரடோ எதுவும் பேசாமல் தலையை மட்டும் ஆட்டிக்கொண்டான். பிறகு, அந்தப் பயிற்சியாளர் சொன்னார். “நான்கு விரல்களற்ற அவனது கால் அன்றாடத்தின் சவால்களை எதிர்கொள்ளும் அளவிற்குத் தகவமைப்புத் தன்மையைப் பெற்றுவிட்டது. அதில் எந்தச் சிக்கலுமில்லை. ஆனால் எங்கள் குழுவிலுள்ளவர் சொன்னது போல அவனது ஓட்டத்தில் வேகம் போதுமானதாக இல்லை. உந்துவிசை மட்டுப்படுகிறது. இந்த மூன்று மாதத்தில் அவனைப் பரிசோதித்த வகையில் கொஞ்சமே கொஞ்சம் முன்னேற்றம்தான் தெரிகிறது. அதிலும் ஏற்ற இறக்க முரண்பாடுகள் உண்டு. அதாவது நாளுக்கு நாள் முன்னேற்றம் என்பது இல்லை. நான் விசேசப் பயிற்சியெல்லாம் கொடுத்துப் பார்த்துவிட்டேன். சிறிது முன்னேற்றம் தெரிகிறது என்றாலும் என்னால் தீர்க்கமானதொரு முடிவிற்கு வரமுடியவில்லை. கால்பந்துக் கழகத்தின் மேலதிகாரியின் கேள்விக்கு நான் பதில் சொல்ல வேண்டியிருக்கிறது” என்றார்.

“சரி... உங்களது முடிவு என்னவாக இருக்கிறது?” ஆல்ஃபிரடோ கேட்டான்.

குழுவிலுள்ளவர்கள் ஒருவருக்கொருவர் பார்த்துக்கொண்டனர். அதிலொருவர் சொன்னார், “உங்கள் மகனுக்காக நீங்கள் செலவழிப்பது பலன் தராது என்று கருதுகிறோம்”

“ஆகையால்...?” ஆல்ஃபிரடோ கண்களை அகலமாக்கிக்கொண்டு கேட்டான்.

ஃபிகோவின் பயிற்சியாளர் மிகவும் தயக்கத்துடன், “நீங்கள் வருத்தப்படும்படியாக நாங்கள் ஒரு முடிவையும் ஒரு ஆலோசனையையும் சொல்ல நினைக்கிறோம்” என்றார்.

“என்ன அது?”

"முதலாவதாகச் சொல்லவேண்டியது... ஃபிகோ இனி இந்தக் கிளப்பில் பயிற்சிபெற முடியாது. இரண்டாவதாகச் சொல்வதானால்..." என்று இழுத்து நிறுத்தினார்.

ஆல்ஃபிரடோ அந்த ஆலோசனைக்காகக் காத்திருந்துவிட்டு, "ம்ம்... உங்களது தயக்கம் எனக்குப் புரிகிறது. நீங்கள் தாராளமாக அதைச் சொல்லலாம். நான் தவறாக நினைக்கப் போவதில்லை" என்றான்.

அந்தப் பயிற்சியாளர் நீண்ட தயக்கத்திற்குப் பின்னர், "நீங்கள் தவறாக எடுத்துக்கொள்ள மாட்டீர்களே...? என்று மறுபடியும் கேட்டுவிட்டு, அப்படி நினைத்தாலும் பரவாயில்லை. நான் சொல்கிறேன். சொல்லத்தான் வேண்டும். நீங்கள் ஃபிகோவை மாற்றுத் திறனாளிகளுக்கான ஆட்டப் பிரிவில் பயிற்சியளிக்க யோசிக்கலாமே" என்றார்.

ஆவேசத்துடன் இருக்கையை விட்டு எழுந்த ஆல்ஃபிரடோ, அந்தக் கூடத்தின் இரண்டு எல்லைக்குமாகத் திரும்பித் திரும்பி நடந்தான். பிறகு நிதானமாகத் தன் இருக்கைக்கு வந்தவன், "ஃபிகோ குறித்த உங்களது ஆலோசனையில் எந்த வகையிலும் கெட்ட விதமான உள்நோக்கம் இருப்பதாக நான் நினைக்கவில்லை. அதற்குத் தேவையும் இல்லை. உங்களது முடிவு நியாயமானது. இந்தக் கிளப்பின் தரமான தகுதியைக்கூட நான் குறைத்து மதிப்பிட மாட்டேன். ஆனால் எனக்கு நீங்கள் மறுக்காமல் ஒரு உதவியைச் செய்யவேண்டும்" என்றான்.

அவனது கோரிக்கைக்காகக் குழுவிலுள்ள அத்தனை பேரும் பரிசீலிக்கக்கூடிய தொனியில் தலையாட்டினர்.

ஆல்ஃபிரடோ சொன்னான். "ஃபிகோவிற்கு அவன் தகுதியை நிரூபிக்கச் சரியாக எனக்கு மூன்றுமாத காலம் அவகாசம் தாருங்கள். நான் அவனது உந்துவிசையின் வேகத்தைக் கூட்டித் தருகிறேன். அவன் தன் பழைய ஆட்டத்தை ஆடுவான்" என்று மன்றாடினான்.

சிறிது நேரம் தலையாட்டிக்கொண்டே அமைதியாக இருந்த குழுவினர் தங்களுக்குள் எதை எதையோ கிசுகிசுத்துக் கொண்டனர். இறுதியாக, ஃபிகோவின் தனிப் பயிற்சியாளரும், இயன்முறை பயிற்சி மருத்துவரும் பேசிக்கொண்டிருந்துவிட்டு ஒரு முடிவிற்கு வந்தவர்களாய், குறிப்பிட்ட இந்தக் குறையை உங்களது மகனாலும் உணர முடிவதை நாங்கள் அறிகிறோம். அவன் அந்த முயற்சியைத் தீவிரமாக எடுத்துக்கொண்டுதான் இருக்கிறான் என்பதையும் நாங்கள் நுட்பமாகக் கவனிக்கிறோம். கூடவும், அவன் சாதாரண ஆட்டக்காரனல்ல. அவன் திறமையை நாங்கள் நன்றாக அறிவோம்.

நீங்களும் ஒரு முன்னாள் கால்பந்தாட்ட வீரர் என்பதால் உங்களது நம்பிக்கை வார்த்தையை நாங்கள் மதித்து, உங்களது கோரிக்கையை நாங்கள் பரிசீலனை செய்த வகையில் நீங்கள் கேட்ட கால அவகாசத்தை நீட்டித்தர நாங்கள் முடிவெடுத்திருக்கிறோம். இந்த அவகாசக் காலத்திற்குள் முன்னேற்றம் இல்லையென்றால் நாம் செய்வதற்கு ஒன்றுமில்லை என்பதையும் நீங்கள் கருத்தில் கொள்ளுங்கள். உங்களது முயற்சி வெற்றியடையட்டும். எங்களது வாழ்த்துகள். என்றுவிட்டு அந்தக் குழுவினர் கலைந்தனர்.

சந்திப்பு அறையிலிருந்து தரைத் தளத்திற்கு வந்த ஆல்ஃபிரடோ, வரவேற்பறையில் வைத்திருந்த மழைக் கோட்டை எடுத்துத் தோளில் போட்டுக்கொண்டு முகப்பிலுள்ள பிரமாண்ட தாழ்வாரத்தின் கீழே நின்றபடி வானத்தை நோக்கினான். பூமியை நனைத்துக் கொண்டிருந்த ஈரப்புழுதியின் சீரான பொழிவில் மாற்றமில்லாததைக் கண்டதும் தலைக் குல்லாவுடன்கூடிய மழைக்கோட்டை உடுத்திக்கொண்டு ரயில் நிலையத்தை நோக்கி நடந்தான். கால் பர்லாங்கைக் கடந்ததும், சத்திழந்தவனாய் சுரங்கப் படிக்கட்டுகளில் இறங்கியபோது கையைப் புரட்டி நேரத்தைப் பார்த்துக் கொண்டான். பிறகு, ரயில் நிலைய நடைமேடையில் கிடந்த நாற்காலியில் கால்மேல் கால் போட்டுக்கொண்டு அமர்ந்தவன், சட்டைப் பையிலிருந்த மொபைலை எடுத்து மதுவிடுதிக்கு ஒருமணி நேரம் தாமதமாக வருவதாகச் சொல்லிவிட்டு வேடிக்கைப் பார்த்துக்கொண்டே இருந்தான். ரயில் வரத்து மற்றும் பரபரப்பான மக்கள் நடமாட்டங்களுக்கு மத்தியில், போர்த்துகீசிய பாடல் வரிகளின் சோக கீதம் எங்கிருந்தோ கேட்டது. அவனுக்குப் பிடித்த அந்த வரிகளை பாடிக்கொண்டபடி சுற்றும் முற்றும் பார்த்தான். அந்தப் பாடலும் இசைப்பும் இவனது கேட்புத் தொலைவிற்குள்ளேயே வலம் வந்துகொண்டிருந்தது.

அரைமணி நேரம் கழிந்ததும், வேலைக்கு ஒருமணி நேரம் தாமதமாக வருவதாக ஏற்கெனவே வாங்கியிருந்த அனுமதியை முழு இரவு விடுப்பாக மாற்றித்தரக் கோரினான். மதுவிடுதி நிர்வாகம் வாரக் கடைசி நாட்களில் அது முடியவே முடியாது என்று நிராகரித்தது.

ஃபால்கனிடம் இவன் சொல்லியிருந்த வார்த்தைகளை இவனே அசைபோட்டுக் கொண்டான். ‘நிலைமை இதற்குக் கீழே சென்றுவிடாமல் பார்த்துக்கொள்ளவேண்டிய கடமை நமக்கிருக்கிறது.’

அந்தபோது இவனது இருக்கையை ஒட்டி நடந்துசென்ற மூதாட்டியின் கையிலிருந்த பையைப் பிடிங்கிக்கொண்டு ஓடினான்

சிறுவனொருவன். நிலைகுலைந்து தரையில் விழப்போன அந்த மூதாட்டியைத் தாங்கிப் பிடித்துக்கொண்டபடி உதவி கேட்டு அலறினார் அவரது கணவர்.

ஆல்ஃபிரடோ, சட்டென எழுந்து கூட்டத்தை விலக்கிக்கொண்டு அச்சிறுவனை நோக்கி ஓடினான். அவன் இரண்டாவது தண்டவாளத்தைக் கடந்து ஓடியபோது மடக்கிப் பிடித்து, அந்தப் பையை மீட்டுக் கொண்டுவந்து சம்பந்தப்பட்ட அந்த மூதாட்டியிடம் சேர்ப்பித்தான். ஆல்ஃபிரடோவின் முகத்தை நன்றியுடன் பார்த்த அந்த மூதாட்டி அவனது கைகளை இறுகப் பற்றிக்கொண்டு ஏதேதோ சொன்னார். இவனும் பதிலுக்கு ஏதேதோ சொன்னபடி பத்திரமாகச் செல்லுங்கள் என்று கையசைத்துக்கொண்டே மறுபடியும் அந்த இருக்கையிலேயே அமர்ந்தான். அந்த முதிய தம்பதி, திரும்பி திரும்பிப் பார்த்துக் கையசைத்துக்கொண்டே மறைந்தனர்.

மணிக்கட்டை புரட்டி புரட்டிப் பார்த்துக்கொண்டிருந்த ஆல்ஃபிரடோ, தனக்கான ரயில் வந்ததும் ஏறிக்கொண்டான்.

6

I

ஏழு மணி பத்து நிமிடத்திற்கு வீட்டிற்கு வந்த ஆல்ஃபிரடோ, கால்பந்து கழகத்திற்குச் சென்றுவந்த தகவலெதையும் யாரிடமும் பரிமாறிக் கொள்ளவில்லை. அவசரம் அவசரமாக வேலைக்குக் கிளம்பிக் கொண்டபடி தன் மனைவியிடம், "ஃபிகோ எங்கே?" என்றான். படித்துக்கொண்டிருப்பதாக அவள் சொன்னதும், அவனது அறைக் கதவைத் திறந்துபார்த்து அவனுக்குச் சிரித்தான். பிறகு கையசைத்துவிட்டு, கீழே வாகனக் கொட்டகைக்கு வந்தான். அங்கே தன் சைக்கிளைத் தேடிப்பார்த்துவிட்டு மாடிக்கு ஏறி, தன் மகனது சைக்கிளைக் கேட்டான். "ஏனப்பா? உன் சைக்கிள் எங்கே? ஓ... காலையில் உன் வேலை இடத்தில் வைத்துவிட்டு நடந்து வந்தாய்தானே? சரி. இப்போது என் சைக்கிளைக் கொடுத்தால் வரும்போது எப்படி இரண்டு சைக்கிளை எடுத்துக்கொண்டு வரமுடியும்?" என்றான். எதுவும் பேசாமல் நின்ற ஆல்ஃபிரடோ, "அது தெரியாது ஃபிகோ. இப்போது நான் அவசரமாக வேலைக்குப் போகவேண்டும். சாவியைக் கொடு சீக்கிரம்" என்றான். "சரியப்பா. இப்போது என் சைக்கிளை உனக்குக் கொடுத்தால் காலையில் நான் மைதானத்திற்கு எப்படிப் போவேன்? நீ ஏன் உன் சைக்கிளை வேலையிடத்தில் வைத்துவிட்டு வந்தாய்? தரமுடியாது போ. இப்போது ஷேர் டாக்ஸி பிடித்துக்கொண்டு போ. காலையில் உன் சைக்கிளை எடுத்து வந்துவிடலாம்" என்றான். "ஓ... மன்னிக்க ஃபிகோ. நீ மைதானத்திற்குப் போகவேண்டுமே...? அதை நான் மறந்தேன் பார். சரி. நான் ஷேர் டாக்ஸியில் போய்க்கொள்கிறேன். நீ படிக்கும் வேலையைப் பார். பை."

II

மதுவிடுதியானது வாரத்தின் இறுதி நாட்களுக்கான அதே பரபரப்புடன் இயங்கிக்கொண்டிருந்தது. ஆல்ஃபிரடோ, குடும்ப அறைக்குள் தனக்கு ஒதுக்கப்பட்டிருந்த மேசை விருந்தினர்களைக் கவனித்துக் கொண்டிருந்தான். ஒரு மேசையின் மீது கண்ணாடிக் குவளைகளையும் பீங்கான் தட்டுகளையும், சில பீர் பாட்டில்களையும் பரிமாறிக்கொண்டபடி சற்று சத்தமாகவே

வாயசைத்தான். அச்சமும் நடுக்கமும் கலந்த அந்தக் குரல், 'அப்போ... ஃபால்கன் சொன்னதைப் போல இது மரபு வழியிலான சாபக்கேடுதானா...?' மேசையைச் சுற்றி அமர்ந்திருந்த ஏழெட்டு பேரும் ஆல்ஃபிரடோவின் முகத்தை ஏறிட்டுப் பார்த்தனர். அதிலொரு தடித்த உடல்வாகுகொண்ட பெண் கேட்டாள். "நீங்கள் ஏதோ சொல்கிறீர். அது எங்களுக்கானதா?" ஆல்ஃபிரடோ, "மன்னிக்கவும். இது உங்களுக்கான வார்த்தையல்ல. எனது சொந்த வாழ்க்கையுடன் சம்பந்தப்பட்டது. நீங்கள் இதைப் பொருட்படுத்தவேண்டாம். தயவுசெய்து... மறுபடியும் நீங்கள் என்னை மன்னிக்க வேண்டும். உங்களுக்கான சேவையில் நான் குறை வைக்கமாட்டேன்" என்று உடலைத் தாழ்த்தியபடியே பின்னால் நகர்ந்து போனான்.

நள்ளிரவைக் கடந்திருந்தபோது குடும்ப அறைகளில் விருந்தினர்கள் தங்களது இடத்தைக் காலிசெய்து கொண்டிருந்தனர். ஆல்ஃபிரடோ, பொதுக் கூடத்தில் தனக்கான வாடிக்கையாளர்களையும் புது விருந்தினர்களையும் கவனிக்கத் தொடங்கினான். புதிய விருந்தினராக வந்திருந்த ஒரு குழுவினர், இவனிடம் சச்சரவில் ஈடுபடத் தொடங்கினர். குறிப்பாக, தடித்த உருவமுடைய குள்ளமான ஆள் இவனை மிகவும் கண்ணிய குறைவான வார்த்தைகளால் தாக்கினான். "அடேய். மடையா... இங்கே வா. நான் கேட்டது என்ன? நீ கொண்டுவந்திருப்பது என்ன? நான் 'டெர்பி' சிகரெட் கேட்டால் உனக்கு மார்ல்போரோ என்று காதில் விழுமா? ஆமாம்... இது என்ன காக்டெய்ல்? உன்னிஷ்டத்திற்கு எதையோ கலந்து கொண்டுவந்து விட்டாயா? இனிப்பும் புளிப்பும் இருக்கிறதா பார்? இந்தா இதைக் குடித்துப்பார். கழுவி ஊற்றிய தண்ணீரில் எலுமிச்சை வில்லைகளைச் செருகிக் கொண்டுவந்துவிட்டாயா? எங்கே... கலக்கியவனைக் கூப்பிடு. அதுபோகட்டும். நான் ஒரு பீர் பாட்டில் கேட்டேனே கொண்டுவந்தாயா? இதெல்லாம் செய்யமாட்டாய். என்னிடமிருந்து மேசை அன்பளிப்பிற்கு மட்டும் நாக்கைத் தொங்கப்போட்டுக்கொண்டு நிற்பாய். ஓடிப்போ. நான் கேட்டதைக் கொண்டுவா. போ..." என்று சிகரெட் புகையை ஆல்ஃபிரடோவின் முகத்திற்கு நேராக ஊதினான். இரு... இரு... என்றபடி அவனருகிலிருந்த இன்னொருவன் தன் பங்கிற்கு ஒன்றை ஆரம்பித்தான். "இவன் என்ன சொன்னான் தெரியுமா இப்போது?" தனக்கு அருகிலிருந்தவனின் தொடையைத் தட்டி "அவன் சொன்னதை நீ காதில் வாங்கினாயா?" என்றான். அவன் குடி போதையில் தலையைத் தொங்கப் போட்டபடி கைகளை விரித்து உதட்டைப் பிதுக்கினான். இன்னொருவன் தனக்குத் தெரியுமென்று

உளறினான். "ஏதோ வழிப்பறி என்றானே...? நம்மையா சொன்னான்?" "இரு இரு. யாரைச் சொன்னானென்று கேட்போம். அதற்கு முன்னர் என்ன சொன்னான் என்பதைச் சொல்கிறேன். என்ன சொன்னான் தெரியுமா? 'வழிப்பறிக்குப் பழக்கப்பட்டுக் கொண்டிருக்கும் தேசத்தில் என் மகனை கால்பந்து வீரனாக்க நினைப்பது குற்றமா?' அடேய்... ஒல்லிப்பிச்சான். நீ சொன்னதை நான் சரியாகச் சொன்னேனா?" யாரை வழிப்பறி என்றாய்...? சொல்... சொல்... சொல்... அனைவரும் கூச்சலிட்டனர்.

இத்தனை அவமரியாதைகளையும் கேட்டுக்கொண்ட ஆல்ஃபிரடோ, பதிலுக்கு ஒரு வார்த்தைக்கூடப் பேசவில்லை. காரணம், ஒரு பரிசாரகனாக இவன், மேசைக்கு மேசை நிறையக் குழப்படியாக நடந்துகொண்டிருந்தான். ஆல்ஃபிரடோவின் தடுமாற்றத்தைக் கண்ட அவனது மிக நெருக்கமான சக ஊழியன், விடியும்வரை அவனை ஓர் அறையில் ஓய்வெடுக்க வலியுறுத்தினான். ஆல்ஃபிரடோ மறுக்கவில்லை.

7

அன்றைக்குக் காலையில் ஃபிகோ மைதானத்திற்குள் நுழையும்போது ஆல்ஃபிரடோ அங்கே காத்திருந்தான். ஃபிகோ கேட்டான். "எங்கேயப்பா நீ இங்கே உட்கார்ந்திருக்கிறாய்? வீட்டிற்குப் போகவில்லையா?"

"இல்லை ஃபிகோ."

"ஏன் அப்பா?"

"ஃபிகோ. இன்றிலிருந்து நான் உனக்குப் பயிற்சியளிக்கலாமென முடிவெடுத்திருக்கிறேன். தயவுசெய்து என்னோடு நீ ஒத்துழைக்கவேண்டும். செய்வாயா?"

"நிச்சயமாக அப்பா. ஆனால் நீ இரவு முழுவதும் கண்விழித்து வேலை பார்த்துவிட்டு எனக்குப் பயிற்சி அளிக்க முடியுமா? மறுபடியும் நீ இரவில் வேலைக்குச் செல்லவேண்டுமே? உன் உடல் என்னாவது? எனக்குத்தான் கிளப்பில் நல்ல பயிற்சியளிக்கிறார்களே? போதாக்குறைக்கு இங்கே நானும் என்னால் இயன்றவரையில் உழைக்கிறேன்தானே... புதிதாக நீ என்ன பயிற்சியை எனக்குத் தரப்போகிறாய்?"

"ஒரு தகப்பனாக நான் இதை விரும்புகிறேன் ஃபிகோ. போகவும், ஒரு முன்னாள் கால்பந்தாட்டக்காரன் என்கிற முறையில் எனக்குத் தெரிந்த வித்தையையும், என்னைத் தயார்படுத்தியவர்களிடமிருந்து நான் கற்ற நுணுக்கங்களையும் சொல்லிக்கொடுப்பதன் மூலம் உனக்கு நல்ல பலன் கிடைக்குமென நினைக்கிறேன்."

"ஓ... அப்படியா அப்பா... ஆனால் ஆட்டத்தின் சூழலுக்கேற்ற நுணுக்கங்களுடன் என்னால் சிறப்பாக விளையாட முடியுமென்று நான் உறுதியாக நம்புகிறேனே? என்னுடைய கிளப்பிலும் என்மீது அசைக்க முடியாத நம்பிக்கை வைத்திருக்கின்றனரே? ஆனால் ஒரு குறை அப்பா. முன்பைப்போல என் ஓட்டத்தில் வேகமில்லை என்பதை உணர்கிறேன். இதையேதான் என் பயிற்சியாளரும் சொல்லி வேதனைப்பட்டார். மேலும் அவர், இந்தக் குறை என்னை ஆட்டத்திற்குத் தகுதியற்றவனாக்கிவிடுமாம். இந்தச் சவாலை முறியடிப்பது உன் காலில்தான் இருக்கிறது ஃபிகோ என்று சொன்னார் அப்பா. வேண்டுமானால் உன்னால் என் ஓட்டத்தின் வேகத்தை அதிகப்படுத்தித்தர முடியுமா பார்" என்றான்.

“நிச்சயமாக ஃபிகோ. என்னாலியன்ற யோசனையை நான் உனக்குத் தருவேன். இந்த நேரத்தில் நான் உனக்கு நம்பிக்கையளிக்கக்கூடிய செய்தியொன்றைச் சொல்லப்போகிறேன்.”

“என்ன அப்பா அது?”

“சொல்கிறேன். நீ நியூஸிலாந்து கிரிக்கெட் வீரர்கள் யாரையாவது அறிந்திருக்கிறாயா?”

“இல்லை அப்பா. நான் அப்படி ஒருவரையும் அறிந்திருக்கவில்லை. ஏன் கேட்கிறாய்?”

“சொல்கிறேன் ஃபிகோ. ‘மார்டின் குப்தில்’ என்றொரு முன்வரிசை ஆட்டக்காரன் இருக்கிறான். மட்டை வீசுவதில் தேர்ந்தவன்.”

“என் ஆட்டத்திற்குச் சம்பந்தமில்லாதவரை ஏனப்பா இங்கே கொண்டுவருகிறாய்?”

“உன் ஆட்டத்துடன் சம்பந்தம் இல்லைதான் ஃபிகோ. ஆனால் உன்னுடன் நூறு சதவீதம் சம்பந்தப்பட்டவன் அவன்.”

“என்னப்பா சொல்கிறாய் நீ? எனக்கு ஒன்றும் புரியவில்லையே? நியூஸிலாந்து கிரிக்கெட் ஆட்டக்காரர் எப்படி என்னுடன் நூறு சதவீதம் சம்பந்தப்பட்டிருப்பார்?”

“ம்ம்ம்... சொல்கிறேன். அவனது இடது காலில் மூன்று விரல்கள் கிடையாது ஃபிகோ” என்றுவிட்டு, மைதானத்தின் பக்கவாட்டில் பயிற்சியில் ஈடுபட்டுக்கொண்டிருந்தவர்கள் பக்கமாகத் திரும்பிக்கொண்டான்.

அந்தபோது, தூரத்திலிருந்து ஃபிகோ... என்றொரு குரல் கேட்டது. ஆல்ஃபிரடோவும், ஃபிகோவும் அந்தப் பக்கமாகத் திரும்பினர்.

பந்தை நிதானமாக உதைத்துக்கொண்டே வந்த ஒருவன், சட்டென அதை வேகமாக எத்தினான். உயரே கிளம்பிய அந்தப் பந்து காற்றில் வளைந்து நெளிந்து மிகத் துல்லியமாக ஃபிகோவை நோக்கி இறங்கியது. அதைப் பிடித்துக்கொண்ட ஃபிகோ, தூரத்திலிருந்த அவனைப் பார்த்து, “ஹோய்... பொடோல்ஸ்கி. நீ உதைத்தது என்ன ஷாட் தெரியுமா?” என்றுவிட்டுத் தன் அப்பாவைப் பார்த்தான். அங்கிருந்த அவன், “தெரியாமலா உதைத்தேன்?” என்றான்.

“என்ன ஷாட். சொல் பார்ப்போம்? ‘கர்வ்’ தானே உதைத்தாய்?”

அங்கிருந்தவன், “ஹ ஹா ஹா...” வெனச் சிரித்துவிட்டு, நான் உதைத்தது ‘டாப் ஸ்பின்’ ஃபிகோ. என்னைச் சோதித்துப் பார்க்காதே நீ” என்றான்.

ஆல்ஃபிரடோவும் ஃபிகோவும் ஒருவரையொருவர் வியந்தபடி தலையை வெட்டிக்கொண்டனர்.

பிறகு ஃபிகோ கேட்டான். "சொல் அப்பா. அந்த நியூஸிலாந்து கிரிக்கெட் ஆட்டக்காரர் இன்னமும் ஆடுகிறாரா?"

"ஆமாம் ஃபிகோ. இப்போதும் ஆடுகிறான். அதே முன் வரிசையில்."

"பிறப்பிலேயே அவருக்கு இந்தக் குறை இருந்ததா அப்பா?"

"இல்லை ஃபிகோ. உன்னுடைய தற்போதைய வயதில் உண்டானது. அதாவது அவனது பதின்மூன்றாவது வயதில் ஒரு விபத்தில் விரல்களை இழந்தவன் அவன்."

"சரி அப்பா நான் அவரைக்காட்டிலும் என்னுடைய ஆட்டத்தில் சாதித்துக் காட்டுவேன். நீ ஒன்றும் பயப்படவேண்டியதில்லை."

"மிக்க நன்றி ஃபிகோ. உன் திறமையின் மீது எனக்குச் சிறிதளவும் சந்தேகமில்லை. என்றாலும்கூட உன்னை ஊக்கப்படுத்த வேண்டியது என் வேலைகளில் ஒன்று இல்லையா?"

"ஆமாம் அப்பா."

"ஃபிகோ. நான் சொல்லக்கூடிய இதையும் நீ கேட்டுக்கொள். ஏனென்றால்... உன் நம்பிக்கையை உடைப்பதற்கு இங்கே யாரும் முயற்சிக்கக்கூடும். அதை நீ எப்படி முறியடிக்கப்போகிறாய் என்பதிலும் உன் வெற்றி இருக்கிறது."

"என்ன அப்பா அது?"

"அந்த நியூஸிலாந்துக்காரனை அவனது சக ஆட்டக்காரர்கள் செல்லப் பெயராக என்ன சொல்லி அழைப்பார்கள் தெரியுமா? 'ட்டூ ட்டோஸ்' இந்தப் பெயரை நீ எதிர்பார்த்திருக்கவில்லைதானே?"

"ஆமாம் அப்பா."

"ஆனால் உண்மை இதுதான். அவனது ஊனத்தை நையாண்டி செய்யக்கூடிய வார்த்தைதான் இது என்றாலும், அதை அவன் குறையாகக் கருதவில்லை பார். அந்தச் சக ஆட்டக்காரர்களும் அவனை நோகடிக்கும் எண்ணத்துடன் அந்தப் பெயரைச் சொல்லி அழைக்கவில்லை என்பதையும் நாம் புரிந்துகொள்ளமுடியும். ஆனால் சம்பந்தப்பட்டவனுக்கு அந்தச் செல்லப் பெயருக்கான எதிர்மறை எண்ணம் உண்டாகியிருந்தால் இப்படிப் பெருமை படக்கூடிய இடம் அவனுக்குக் கிடைத்திருக்காதுதானே? ஃபிகோ. இனிவரும் நாட்களில் கெட்ட உள்நோக்கத்துடன் உன்னையும்

சிலர் செல்லமாக அழைக்கிறேன் என்று 'சிங்கிள் ட்டோஸ்' என்று அழைக்கக்கூடும். நீ அதை எவ்வாறு எதிர்கொள்ளவேண்டும் என்பதற்காக இதைச் சொல்லிவைத்தேன். என்ன ஃபிகோ. நான் சொன்னதைப் புரிந்துகொண்டாயா?"

"நன்றாகப் புரிந்தது அப்பா. எனக்கான முதற்கட்ட, மிக முக்கியப் பயிற்சியை நீ தொடங்கிவிட்டாய்தானே?" என்று ஆல்ஃபிரடோவின் முகத்தைப் பார்த்துச் சிரித்துவிட்டு, தன் பாதத்தில் அழுத்திப் பிடித்திருந்த பந்தை லேசாக எத்தியவன், அதன் பின்னால் ஓடியவாறே, "அடேய்... பொடோல்ஸ்கி. இந்தா உன் பந்து. பிடித்துக்கொள். இது என்ன ஷாட்? சொல் பார்ப்போம்?"

8

I

புல் தரையாகப் பராமரிக்கப்படும் அந்த நீள்வட்ட மைதானத்தின் இடது ஓரத்திலுள்ள ஓடுபாதையில் ஃபிகோ ஓடிக்கொண்டிருந்தான். அந்த வேகத்தில் அவனது உடலின் குறையை வெளிக்காட்டக்கூடிய அசைவுகள் சிறிதுகூடத் தென்படாமல் ஒரு சராசரியனைப் போலவே இருந்தது. மறு எல்லையில் நின்றுகொண்டிருந்த ஆல்ஃபிரடோ, தன் கையையும் மகனது ஓட்டத்தையும் கவனமாகப் பார்த்துக்கொண்டே இருந்தான். ஃபிகோ எல்லையைத் தொட்ட அதே நொடியில், தன் கையிலிருந்த பிரத்தியேகக் கடிகாரத்தின் ஓட்டத்தை நிறுத்திவிட்டு அவன் பின்னால் ஓடத் தொடங்கினான். ஏற இறங்க மூச்சு வாங்கியபடி ஓடிய ஃபிகோ, குறிப்பிட்ட தூரத்திலிருந்து நடக்கத்தொடங்கியதும் தன் அப்பாவின் கையிலிருந்த தண்ணீர் பாட்டிலையும், அவரது தோளில் கிடந்த துண்டையும் வாங்கிக் கொண்டபடி, "இந்த முறை எத்தனை செகெண்ட் அப்பா ஆனது?" என்றான். "முப்பத்தியாறு செகெண்ட் ஃபிகோ."

அதன்பிறகு இருவரும் பேசுவதற்குச் செய்திகளற்றவர்களாய் அந்த மைதானத்தின் ஒரு சுற்றை நடந்து முடித்ததும் ஒரு கோல் கம்பத்தை ஒட்டி உட்கார்ந்தனர். "ஃபிகோ. நீ ஆக்ஸிலரேசன் பயிற்சியில் தீவிர கவனம் செலுத்தவேண்டியிருக்கிறது. கூடவும், காலுக்கான வேகப் பயிற்சி வகையறாக்களிலும் கூடுதல் கவனம் செலுத்து. நுணுக்கமும் சமயோசித செயல்பாடும் மட்டுமே ஒரு ஆட்டக்காரனுக்குப் போதுமானதல்ல. போதிய ஓட்ட வேகம் இல்லையென்றால் எத்தனை பெரிய சாதூர்யமும் கை கொடுக்காது. உனக்குத் தெரிந்த வகையிலும், உன் கிளப்பிலோ, பயிற்சியாளரோ சொன்னதையும்தாண்டி நான் புதிதாக எதையும் சொல்லி விடவில்லை. கடந்த நான்கைந்து நாட்களாக உன் ஓட்ட வேகத்தை ஆய்வு செய்த வகையில் சீரான முன்னேற்றம் இல்லைதான். இதையேதான் உன் பயிற்சியாளரும் சொன்னார்."

இயந்திர வேகத்தில் கால்களை நீட்டி மடக்கிக்கொண்டிருந்த ஃபிகோ, சட்டென இயக்கத்தை நிறுத்திவிட்டு தன் அப்பாவின் முகத்தைப் பார்த்து, "என் பயிற்சியாளர் எப்போது அப்பா உன்னிடம் சொன்னார்?"

"என்னை மன்னித்துக்கொள் ஃபிகோ. சென்ற வாரத்தில் உன் கிளப்பிலிருந்து என்னை நேரில் சந்திக்கச் சொல்லி அழைப்பு வந்திருந்தது. அதை நான் உன்னிடம் தெரிவிக்கவில்லை. காரணம், உன் நம்பிக்கையைக் குலைக்கவேண்டாம் என்பதுதான். உன் மீது பெரிய புகாரெல்லாம் அவர்கள் வாசிக்கவில்லை. நீ சொன்னதுதான். உன் ஓட்டத்தில் வேகம் இல்லை என்பதைத்தான் குறையாகச் சொன்னார்கள். இதை நீ பொருட்படுத்த வேண்டியதில்லை. சிறப்பான பயிற்சியின் மூலம் அதை நாம் சரி செய்யமுடியும்."

"ஓ... அப்படியா? ஆனாலும் நீ என்னிடம் ஒரு வார்த்தையாவது சொல்லியிருக்கலாம் அப்பா."

"ஃபிகோ. நான்தான் சொன்னேனே...? இதை நீ பொருட்படுத்த வேண்டாம் என்று? இப்போது நான் உனக்கு மிக முக்கியமான நுணுக்கத்தைச் சொல்லித்தரப் போகிறேன். அதில் நீ கவனம் செலுத்து. சரியா?"

"சரி அப்பா."

"உன் ஒத்துழைப்பிற்கு நன்றி ஃபிகோ. இரண்டு நாட்களுக்கு முன்னதாக அந்த நியூஸிலாந்து கிரிக்கெட் ஆட்டக்காரனான மார்ட்டின் குப்தில் பற்றிய தகவல்களை இணையத்தில் தேடிப்பார்க்கிறேன் என்றாயே தேடினாயா? முக்கியமாக அவனது ஆட்டத்திற்கான வீடியோவைப் பார்த்தாயா?"

"ஆமாம் அப்பா. பார்த்தேன். எனக்கு அவரது ஆட்டமும், அந்த அபாரமான நம்பிக்கையும் பிரமிப்பைக் கொடுத்தது. அதிலிருந்து நான் இன்னும் முழுமுற்றாக விடுபடவில்லை. வீரமான ஆள் அப்பா அவர். இதுவரையில் நான் யாரை முன்மாதிரியாகக் கருதிக்கொண்டிருந்தேனோ அந்த ஆளை இனி மாற்றிக்கொள்வேன் போல. ஒரு கால்பந்தாட்டக்காரனுக்குக் கிரிக்கெட் ஆடுபவர் முன்மாதிரியாக இருந்தால் என்ன தவறு அப்பா?"

"அப்போ... நீ இனி எம்ப்பாப்பேவை, அவனது ஆட்டத்தை... அவன் மீதிருந்த மரியாதையை, அன்பை... இது எல்லாவற்றையும் முறித்துக் கொள்ளப் போகிறாயா?"

ஃபிகோ சிரித்துக்கொண்டான்.

"சரி ஃபிகோ. நீ அவனது ஆட்டத்தில் கவனித்த கூறுகளைச் சொல்."

"அதான் சொன்னேனே அப்பா. அந்தப் பிரமிப்பிலிருந்து நான் இன்னும் மீளவில்லை என்று."

“சரி. நான் விசயத்திற்கு வருகிறேன் ஃபிகோ. தற்போது நீ ஓடிக்கொண்டிருக்கும் முறை உனக்கு எந்த வகையிலும் கைகொடுக்காது. ஆகையால் அதில் நீ சிறிய மாற்றத்தைச் செய்யவேண்டியிருக்கும். இதற்காக நீ பெரிய முனைப்பெல்லாம் காட்டவேண்டியதில்லை. அதற்கு நீ பழக்கப்பட வேண்டும். அவ்வளவுதான். பலன் தானாகக் கிடைக்கும்.”

“என்ன அப்பா அது?”

“சொல்கிறேன் ஃபிகோ. கவனமாகக் கேட்டுக்கொள். இனி நீ எப்போது ஓடினாலும் உன் உடலை செங்குத்தாக வைத்துக்கொள்ளாதே. காரணம், காற்று உன்மீது மோதும்போது வேகம் மட்டுப்படும். ஆகையால் முதலில் உன் தலையைக் கவிழ்த்துக்கொண்டு உடலை முன்புறமாகச் சாய்த்துக்கொள். எப்படியென்று புரிகிறதா? இப்போது நீ ஓடுவதற்கு முன்னர் உடலை முன்னே தள்ளிக்கொண்டு ஆயத்தமாக நின்றாயே? அப்படி. அதாவது, பறப்பதற்குத் தயார் நிலையிலுள்ள விமானம் போல. அப்போதுதான் உன் வேகம் எளிதில் காற்றைக் கிழிக்கும். இது ஓடுவதற்கு முன்னதாக உந்துவிசையைக் கைக்கொள்ளும் உத்தி. இந்த முறையில் ஓடுவது உன்னுடைய தற்போதைய தொய்வை சமப்படுத்துமென நம்புகிறேன். அப்படி இதில் உனக்குச் சாதகமான பலன் கிடைத்துவிட்டால் இனி நீ உன் விளையாட்டுக் காலம் முழுக்க இந்த முறையில் ஓடுவதைத்தான் கடைபிடிக்க வேண்டும். இது மற்ற யாவரைக் காட்டிலும் உனக்கு மிகுந்த சிரமமாகத்தான் இருக்கும். ஏனென்றால், உன் உடலை முன்னே வளைக்கும்போது உன் நிலைப்புத் தன்மையில் தள்ளாட்டம் ஏற்படும். நீ குப்புற விழக்கூட நேரிடும். அதற்கு உனக்கான க்ளீட்ஸில் ஒரு விசேசத் தன்மையை வடிவமைத்துக்கொள்ளலாம். அது தள்ளாட்டத்தைத் தாங்கித் தருவதுடன், உந்துவிசையையும் கூட்டித்தரும். நீ இதற்குப் பழகத்தான் வேண்டும். முக்கியமாக இன்னொன்றையும் சொல்கிறேன் கேட்டுக்கொள். ஓடும்போது உன் பார்வையை மேல்நோக்கி வைத்துக்கொண்டு அலசுவதற்குப் பழகு. நான் சொல்லித் தந்திருக்கும் இந்த உத்தியை உன்னுடைய தனித்தன்மையென நிறுவிக்கொள். உன் குறையை மறைப்பதற்கான மாற்று ஏற்பாடு என்று யாரையும் தீர்மானிக்க விட்டு விடாதே. இப்படி நீ ஓடுவதன் மூலம் ஆட்ட நுணுக்கத்தை எதிரணியினர் கணிக்க முடியாத வகையில் அவர்களைக் குழப்படி செய்யமுடியும். நாளையிலிருந்து இந்தப் பயிற்சியை முன்னெடு. உன்னால் முடியுமானால் இப்போதிலிருந்துகூட ஆரம்பிக்கலாம். அப்படி நீ இன்றைக்கே ஆரம்பித்தால் மாலையில் நான் உனக்குப் பிடித்த

மோடே வாங்கித் தருகிறேன்" ஆல்ஃபிரடோ மைதானத்திற்கு மேலே கலைந்துகொண்டிருந்த கரு மேகக்கூட்டங்களைப் பார்த்துக்கொண்டிருந்தான்.

"அப்பா. நீ எனக்கு மோடே வாங்கித்தா. அது நான் விரும்பிச் சாப்பிடுவதுதான். வேண்டாமென மறுக்கப்போவதில்லை. ஆனால் என் இலட்சியத்தை அடையக்கூடிய ஒரு முன்னெடுப்பில் இருக்கும்போது இப்படி ஒரு பண்டத்தைக் காட்டி என்னை நீ அவமதிக்காதே. நீ வாங்கித்தரக்கூடிய பண்டத்திற்காக நான் ஒருபோதும் ஓடமாட்டேன் அப்பா. காலையிலிருந்து வழக்கமான பயிற்சிகளைத் தவிர்த்து, நூறு மீட்டரில் நான்குமுறை ஓடியிருக்கிறேன். கொஞ்சம் அசதியாக இருக்கிறது. சற்று ஓய்வெடுத்துவிட்டு நீ சொல்லித்தந்த முறையில் இன்றிலிருந்தே நான் பயிற்சியைத் தொடங்குகிறேன் பார்."

"ஃபிகோ என்னை மன்னித்துக்கொள். நான் ஏதோ அப்படிச் சொல்லிவிட்டேன். உன் முயற்சியும் இலக்கும் எனக்குப் புரியும்."

"பரவாயில்லை அப்பா."

II

ஃபிகோ தன் இலக்கை அடைவதற்காக எத்தனை பெரிய சவால்களையும் எதிர்கொள்ளக்கூடியவன் என்பது ஆல்ஃபிரடோ அறிந்ததுதான் என்றாலும் இனிவரும் நாட்களில் அவனது உடல் குறையைச் சுட்டிக்காட்டி அவனைப் பலவீனப்படுத்தும் முயற்சியை யாராவது முன்னெடுக்க நேரிட்டால்கூட இனி அதையெல்லாம் அவன் பொருட்படுத்தாமல் தன் வழியில் பயணிப்பான். காரணம், நியூஸிலாந்து கிரிக்கெட் ஆட்டக்காரன் குறித்துத் தான் வழங்கிய தகவலும் அவனது வெற்றிப் பயணமும் தன் மகனுக்கு மனதளவிலான பயிற்சியென்றும் அது அவனுக்கு அபரிமிதமான நம்பிக்கையளிக்குமென்றும் நம்பினான். அதோடு, 'ஒரு மோடேவிற்காக நான் ஒருபோதும் ஓடமாட்டேன் அப்பா' என்று அவன் சொன்னது ஆல்ஃபிரடோவிற்கு அசைக்க முடியாத நம்பிக்கையைக் கொடுத்தது. ஆகையால் அன்றைய பயிற்சியை முடித்ததும் தான் சொன்னது போலத் தன் மகனுக்கு மோடே வாங்கித் தந்தபோது சொன்னான், "நான் உனக்கு அளிக்கவேண்டிய பயிற்சியெல்லாம் முடிந்தது ஃபிகோ. நாளையிலிருந்து நான்

மைதானம் வரப்போவதில்லை. உண்மையைச் சொல்வதானால் என் வேலையை நீ இலகுவாக்கிவிட்டாய்."

"ஏன் அப்பா? எப்படி?"

"நான் உனக்கு மூன்றுமாத காலம் பயிற்சியளிக்கலாமென முடிவெடுத்திருந்தேன். உனக்கு உள்வாங்கும் திறன் அதிகம் ஃபிகோ. விளையாட்டுக்கு இது மிக அவசியம். தற்போதைய சிறிய குறையை மட்டும் நீ ஈடுகட்டிவிட்டாயானால் உன்னை அடித்துக்கொள்ள ஆள் கிடையாது. ஒரு சர்வதேச முன்னணி ஆட்டக்காரனுக்கு உண்டான அத்தனை தகுதிகளையும் பெற்றிருக்கிறாய். இனி உன் சாமர்த்தியம்தான்."

9

ஆல்ஃபிரடோவின் வாழ்வு நகரப் பேருந்தைப் போன்றது. நிறுத்தத்திற்கு நிறுத்தம் சுமை இறங்கினாலும், ஏறுவதை அவனால் நிராகரிக்க முடியாது. ஃபிகோவின் பயிற்சி விசயத்தில் இறங்கிய சுமை, சாவ்-பாவ்லோ கால்பந்துக் கழகத்திலிருந்து வந்திருந்த அடுத்த அழைப்பில் ஏறிக்கொண்டது. இந்த ஒருமாதத்தில் ஃபிகோவின் ஓட்டத்தில் போதிய முன்னேற்றம் இருந்தாலும், கால்பந்துக் கழகத்தின் மேல்மட்ட பயிற்சியாளர்களும் அதிகாரிகளும் பரிந்துரைக்கும் உயர் பயிற்சியை நிராகரிப்பதற்கில்லை. தற்போது பயிற்சி தொடங்கியிருந்தாலும் அதற்கான கூடுதல் கட்டணத்தைக் கால்பந்துக் கழகம் கொடுத்திருந்த பத்துநாள் கெடுவிற்குள் செலுத்தவேண்டிய கட்டாயத்தில் இருந்தான். பகல் இரவென முழுநேரமும் உழைத்தாலும் குறிப்பிட்ட நாட்களுக்குள் கட்டவேண்டிய தொகையைச் சேர்க்க முடியாது. அவ்வப்போதைய சேமிப்பிலிருந்து சிறு தொகையையும், குடும்பச் செலவுகளில் முன்பைப் போல் இருந்த தாராளத்தைக் குறைத்துக்கொண்டும் சேகரித்திருந்ததை வைத்திருந்தான். கால்பந்துக் கழகம் நிர்ணயித்திருந்த கட்டணத்தைச் செலுத்த இன்னும் மூன்று நாட்கள் மட்டுமே எஞ்சியிருக்கிறது. நாட்கள் நீட்டிப்பிற்கு வேலையில்லை. கொடுக்கப்பட்ட அவகாசமே ஃபிகோவின் திறமைக்குச் செலுத்தும் மரியாதையெனச் சொல்லப்பட்டிருந்தது.

இந்தச் சிக்கலிலிருந்து வெளியேற ஆல்ஃபிரடோ ஃபால்கனின் உதவியை நாடுவது கூடாது என்று உறுதியாக இருந்தான். காரணம், சென்ற முறையே அவர் தன் மனைவியின் கவனத்திற்கு வராத வகையில்தான் உதவியிருந்தார். அது ஆல்ஃபிரடோவிற்கும் அவனது மனைவிக்கும் ஏற்புடையதாக இல்லை. ஆனால் அவனுக்கு இன்னொரு வழியும் உண்டு. காலத்திடம் கையேந்துவது. அதுபார்த்து ஏதேனும் நல்வழியை ஏற்படுத்தித் தந்தால் உண்டு. இல்லையென்றால் ஃபால்கன் சொன்னதைப் போல மரபு வழியிலான சாபக்கேடு என்று விடவேண்டும். ஆல்ஃபிரடோ தற்போது அந்த எல்லையில்தான் நின்றுகொண்டிருந்தான்.

எளிதாகக் கடப்பதற்கு முடியாத இப்படியான நாட்களில் அவன் தன் வழக்கமான வேலைகளில் கவனம் செலுத்துவது சவாலானதுதான் என்றாலும், அதை விடமுடியாது. மதுவிடுதியில் அன்றைய வேலை முடிந்ததும் நடு இரவின் சந்திர கிரகணத்திற்குப் பிற்பாடு, சோககீதம் ஒன்றை பாடிக்கொண்டபடி முன்னரொருமுறை வந்ததைப்போல

வீட்டை நோக்கி நடந்துகொண்டிருந்தான். அந்தச் சுரங்கப் பாதையின் மூன்று மார்க்கமாகப் பிரியக்கூடிய ஒரு சந்தியில், இவனை மோதிய ஒருவன், தன்னிடமிருந்த பையை இவனது கையில் திணித்துவிட்டு வேறொரு பாதையை நோக்கி ஓடினான். திகைப்பில் செய்வதறியாது நின்ற இவன், அவன் ஓடிய பாதையை உற்றுநோக்கியபடியே நின்றான். சற்று நேரத்திற்கெல்லாம் அவனைத் துரத்திக்கொண்டு ஓடிய, தடித்துத் தொந்தி பெருத்த இரண்டு மூன்று காவலர்களை இன்னும் கூர்மையாகப் பார்த்தான். இவன் பார்வையிலிருந்து அவர்கள் மறைந்ததும், கையிலிருந்த பையை உரிமையற்ற தொனியில் பார்த்துவிட்டு அதன் ஜிப்பை விலக்கிப் பார்த்தான். தன் கணிப்பிலிருந்து சிறிதும் விலகாத முகத்துடன் அந்தப் பையை அங்கிருந்த தூணில் சாய்த்துவைத்துவிட்டு நடந்தான். தூரத்திலிருந்து இவனை நோக்கி வந்த காவலர்கள், பையின் சொந்தக்காரனது சட்டைக் காலரைப் பிடித்துத் தள்ளிக்கொண்டு வந்தனர். கடுமையான விசாரணைத் தொனியில் பையின் இருப்பிடம் குறித்துக் கேட்டதற்கு, அவன், எதிரே வந்த இவனை நோக்கிக் கையை நீட்டினான். காவலர்களில் ஒருவர் சட்டெனப் பாய்ந்து ஆல்ஃபிரடோவின் சட்டையைப் பிடித்தார். ஆல்ஃபிரடோ, அந்தப் பை இருந்த இடத்தை நோக்கிக் கையை நீட்டினான். அடிப்படை விசாரணைக்குப் பிறகு விடுவிக்கப்பட்ட ஆல்ஃபிரடோ தன் குடியிருப்பு வளாகத்திற்குள் நுழைந்தான்.

அங்கே நியான் விளக்கொளி செயற்கையான பகல் பொழுதை உருவாக்க முயற்சித்துக் கொண்டே இருந்தது. கையில் பாத்திரத்துடன் பொதுக் குடிநீர் குழாயடியை நோக்கி நகர்ந்துகொண்டிருந்த நீண்ட வரிசையை ஆராய்ந்துக்கொண்டே போனான். அந்த வரிசையில் ஃபால்கன் நின்றுகொண்டிருந்தார். அவரிடம்,

"காலை வணக்கம் ஃபால்கன். இன்றைக்கு என்ன கிழமை?" என்றான்.

"காலை வணக்கம் ஆல்ஃபிரடோ. இந்த வரிசையில் யாரை? உங்கள் அப்பாவைத் தேடுகிறீர்களா? அவர். இதோ... இப்போதுதான் தண்ணீரைப் பிடித்துக்கொண்டு மேலே போனார். இன்றைக்கு என்ன கிழமை என்று நீங்களே சொல்லமுடியுமே?"

"இல்லை. இரவு பகலென அயராது உழைப்பதால் காலத்தைக் கணிக்க முடியவில்லை என்னால். ஆனால், திங்கள் அல்லது வியாழனாக இருக்கலாம். இந்த இரண்டு நாட்களில் தானே சாவ்-பாவ்லோ மேயர் தண்ணீர் விடச்சொல்லி ஆணை வெளியிட்டுள்ளார்."

"ஆமாம் ஆல்ஃபிரடோ இன்றைக்கு வியாழக் கிழமைதான்."

“ஓ… வியாழனா? இந்த மழை காலத்திலாவது இன்னும் இரண்டு நாட்களுக்குச் சேர்த்துத் தண்ணீர் விட்டால் என்ன குறைந்துவிடப் போகிறது?”

“அப்படி விட்டிருந்தால் இப்போது நீங்கள் கிழமையைக் கணித்து இரண்டைச் சொன்னீர்கள் பாருங்கள்… அதற்குச் சிரமப்பட வேண்டியிருந்திருக்கும்.”

“ஹ ஹா… ஃபால்கன். உங்களுக்குள் இருக்கும் நகைச்சுவை உணர்வை ரசிக்கும்படியானதென நீங்கள் நம்புகிறீர்களா?”

“இல்லைதான். ஆனால் பாருங்கள்… இதை நீங்கள் நையாண்டி செய்த விதம் ரசிக்கும்படியாகவே இருக்கிறது.”

“நன்றிதான் உங்களுக்குச் சொல்லவேண்டும். ஆனால் உங்களது இந்த நக்கலான புகழ்ச்சியை நான் மிகவும் ரசிக்கிறேன் ஃபால்கன்.”

“ஆல்ஃபிரடோ. நம்பிக்கையுடன் விடியவிருக்கும் இந்தக் காலைப் பொழுதை நாம் ஏன் இப்படி ரம்பத்தை வைத்து அறுத்துக் கொண்டிருக்கிறோம்? இன்றைக்கு உருப்படியாக ஒருவேலை செய்யலாமா? நீங்கள் மறுபடியும் பகல் வேலைக்குச் செல்லவேண்டுமா? எத்தனை மணிக்கு?”

“இல்லை ஃபால்கன். நான் இன்னும் இரண்டு மூன்று நாட்களுக்குப் பகல்வேலைக்குச் செல்லப்போவதில்லை. நம்பிக்கையுடன் இயங்கவோ. கவலைப்பட்டுச் சாகவோ எனக்குச் சில நாட்கள் தேவைப்படுகிறது. அதைவிடுங்கள். அந்த உருப்படியான வேலை என்னவென்று சொல்லுங்கள்”

“நீங்கள் சொன்னதுபோல் வாரத்தில் இன்னும் இரண்டு நாட்கள் சேர்த்துத் தண்ணீர் விடுமாறு மாநகர மேயருக்கு நம் குடியிருப்பு வளாகத்தின் சார்பாகக் கோரிக்கை மனு ஒன்றை அளிக்கலாம் தானே?”

“நல்ல யோசனைதான் ஃபால்கன். அதற்கான ஏற்பாட்டினைச் செய்யுங்கள்.”

ஃபால்கனின் முன்னே நின்றுகொண்டிருந்த முதியவரொருவர், “சில வாரங்களுக்கு முன்னதாகவே இந்தக் கோரிக்கையை மேயரின் மேசையில் வைத்தாகிவிட்டது. கோடைகாலத்தின் நீர் தட்டுப்பாட்டைச் சமாளிப்பதற்காக விசேசமான நீர் மேலாண்மை திட்டத்திற்கென ஒதுக்கப்படும் தண்ணீரை விநியோகிப்பதற்கு முடியாது என்று மேயர் இந்தக் கோரிக்கையை நிராகரித்துவிட்டார். வேண்டுமானால் நாம் இன்னொரு முறை முயற்சித்துப் பார்க்கலாம்” என்றார்.

10

வியாழன் இரவு வேலையை முடித்துத் திரும்பிய ஆல்ஃபிரடோ, மறுநாள் காலையில் போதிய உறக்கத்திற்குப் பிறகு எழுந்து காலையுணவை முடித்ததும் சோபாவை நோக்கினான். அங்கே அவனது அப்பா கால்மேல் கால் ஏற்றிக்கொண்டு அன்றைய நாளேட்டினை ஆழமாக உழுது கொண்டிருந்தார். அவரிடம், துவைத்த தனது சீருடையின் சுருக்கம் நீக்கும் வேலையைச் செய்துதரக் கோரினான். இவனது கோரிக்கை அவரது காதுக்கு எட்டவில்லை.

“அப்பா உங்களைத்தான்” சற்று குரலை உயர்த்தினான்.

“என்னையா அழைத்தாய் ஆல்ஃபிரடோ? நான் இங்கே ஒரு முக்கியச் செய்தியில் மூழ்கிவிட்டேன். அமெசோனசின் தலைநகரான மனௌசு சிறையில் கைதிகளுக்குள் எக்கச்சக்க கலவரமாம். நாற்பது பேர் உயிரிழப்பாம். இந்தச் செய்தி நான் அனுபவித்திருந்த சிறை வாழ்க்கைக்குள் என்னைத் தள்ளிவிட்டது. நான் சிறையிலிருந்தபோதும் இரு பிரிவினர்களுக்கிடையே இப்படியொரு கலவரம் நிகழ்ந்ததுதான். அவர்கள் யாரென்று பாராமல் கண்ணில் சிக்கிய அத்தனை பேரையும் தாக்கினார்கள். அன்றைக்கு நான் பிழைத்தது பெரிய காரியம். ம்ம்ம். அதைவிடு. எதற்காக என்னை நீ அழைத்தாய்?”

ஆல்ஃபிரடோ தன் கோரிக்கையைச் சொன்னதும் அதைச் செய்து தருவதாகச்சொல்லிவிட்டு மறுபடியும் அவர் நாளேட்டை மேய ஆரம்பித்தார்.

கீழே காய்கறி வண்டிக்காரர் நிரப்பி வைத்திருந்த கூடையைத் தன் கையிலிருந்த கயிறு மற்றும் பால்கனி கொண்டியில் தொங்கிய சகடையின் உதவியுடன் மேலே இழுத்துக்கொண்டு உள்ளே வந்தாள் ஆல்ஃபிரடோவின் மனைவி. அந்தக் கூடையை மேலோட்டமாக ஆராய்ந்த ஆல்ஃபிரடோ, அதிலுள்ளதையெல்லாம் சாப்பாட்டு மேசையில் பரப்பிவைத்துக்கொண்டு கேட்டான்.

“ஹே… வெரோனிகா. எதற்காக இவ்வளவு காய்கறிகளை வாங்கி யிருக்கிறாய்? செலவுகளைச் சிக்கனமாகச் செய் என்று சொன்னதை நீ ஏன் புரிந்துகொள்ளவில்லை? தக்காளி, வெங்காயம், பீன்ஸ், பேபிகார்ன் வாங்கியிருக்கிறாய்… பரவாயில்லை. அவக்கேடோ, ப்ரக்கோலியெல்லாம் எதற்காக வாங்கினாய்? குதிரை விலை குடுத்து வாங்கிச் சாப்பிடும் வளமான சூழலிலா நாம் இப்போது

இருக்கிறோம்? ஃபிகோவிற்கு நாளைதான் பயிற்சிக் கட்டணம் செலுத்த கடைசி நாள் தெரியுமா? இன்னும் எண்ணூறு ரெயால் தேவையாய் இருக்கிறது. அதுகுறித்த கவலை உனக்கு இருக்கிறதா? நீ கொஞ்சமும் அக்கறையற்றவளாக மாறிக்கொண்டு வருவது வேதனையளிக்கிறது வெரோனிகா."

இடுப்பில் ஊன்றியிருந்த கைகளை விடுவித்துக்கொண்டவள், தன் கணவனது கண்களை ஊடுருவி பார்த்துக்கொண்டே இருந்தாள். இயலாமையின் பொருட்டுச் சமீபமாக அவனது அர்த்தமற்ற தலையீடுகளை அவன் உணரும் வரையில் பார்த்துக்கொண்டே இருந்தாள். அவன் தன் தலையை வேறு பக்கமாகத் திருப்பிக்கொண்டதும்,

"ஹே ஆல்ஃபிரடோ. என்ன பேசுகிறாய் நீ? ஃபிகோவின் பயிற்சிக் கட்டணத்தைக் கட்டக்கூடாதென்றா நான் நினைப்பேன்? அதோ பார் உன் அம்மா என்ன செய்கிறாரென்று. எங்களது கிழிந்த ஸ்கர்ட்டையும் கவுனையும் தைத்துக்கொண்டிருக்கிறார். மிகவும் பழைய ஆடை அது. உள்ளேயிருந்து எடுத்துத் தைத்துக்கொண்டிருக்கிறார். அதில் தைப்பதற்கு எங்கேயாவது இடமிருக்கிறதா போய்ப் பார். சிக்கனமாகச் செலவு செய்வதைப் பற்றி வகுப்பெடுக்க வந்துவிட்டாய் எனக்கு... இப்போது என்ன...? ஒரு இருபது ரெயாலுக்குக் காய்கறி வாங்கியிருக்கிறேன். இதில் என்ன பிரச்சனை உனக்கு? உன் மகனுக்கு வேண்டிய ஊட்டத்தை நீ எத்தனை செலவானாலும் குறைவில்லாமல் வாங்கிக்கொடுத்து விடுகிறாய்... வீட்டிலிருக்கும் மற்றவர்களுக்கு? எத்தனை நாட்களுக்கு ரொட்டியும் சாஸும் சாப்பிடுவது? நடப்பதற்காவது உடலில் சக்தி வேண்டுமா இல்லையா...?"

வெரோனிகாவின் கருத்தை ஆமோதித்து வரவேற்ற தன் அம்மாவையும் அப்பாவையும் கவனமாகப் பார்த்த ஆல்ஃபிரடோ, எதையோ யோசித்தபடி நின்றுவிட்டுத் தன் அம்மாவின் பக்கத்தில் அமர்ந்து அவர் தைத்துக்கொண்டிருந்த கிழிசலைப் பார்த்துக்கொண்டிருந்தான். அப்போது ஃபால்கனிடமிருந்து அழைப்பு வந்தது. எடுத்துப் பேசிக்கொண்டே பால்கனியை நோக்கி நடந்தான்.

11

“சொல்லுங்கள் ஃபால்கன். எதற்காக என்னை இந்த ஃபெல்லோஷிப் கம்யூனிட்டி சர்ச்சுக்கு வரச்சொன்னீர்கள்? விசேச காரணங்களேதும் உண்டா?”

“உண்டுதான். இன்றைக்கு வெள்ளிக்கிழமை இல்லையா? அதனால்...”

ஆல்ஃபிரடோ, ஃபால்கனின் முகத்தை ஓரக்கண்ணால் நக்கலாகப் பார்த்துவிட்டு, “வரவர நீங்கள் வரைமுறையில்லாமல் ரம்பம் போடுகிறீர்கள். அதுபோகட்டும். ஜினடின் இன்றைக்கு எப்படி உங்களை வெளியில் விட்டான்? உங்களது கிடார் வாசிப்பைக் கேட்காமல் அவனால் இருக்க முடியாதே? ஹோலா லா லாலா லா...” என்று பாடியபடி உடலை அசைத்துக் கொண்டான்.

“ஆமாம். இன்றைக்கு அவன் எனக்கு விடுதலை அளித்திருக்கிறான். ஹோலா லா லாலா லா லாலாலால லா...” என்று ஃபால்கனும் தன் பங்குக்குப் பாடிக்கொண்டே வெறும் கையை மீட்டியபடி தோள் பட்டையைக் குலுக்கிக் கொண்டார்.

“ஓ... நல்லது நல்லது. சொல்லுங்கள் ஃபால்கன். எதற்காக இந்தச் சந்திப்பு?”

“என்னால் நிச்சயமாகச் சொல்லமுடியும் ஆல்ஃபிரடோ. வழிப்பறிக்குப் பெயர்போன தேசத்தில் ஒரு வளரும் தலைமுறையை நற்பண்புகளுக்குப் பழக்கப்பட்டவனாய் வளர்ப்பதென்பது மெச்சக்கூடிய செயல்தான். அதிலும் நீங்கள் பெரிய இலக்கிற்குத் தயார்படுத்துகிறீர்கள் உங்களது மகனை. இது எத்தனை சவாலான காரியம் என்பதை நான் இந்த சாவ்-பாவ்லோ வீதிகளில் பயணிக்கக்கூடிய ஒவ்வொரு போதும் உணர்ந்திருக்கிறேன். ஆகவே உங்கள் மகனை ஒரு கால்பந்தாட்டக்காரனாக்க முயற்சிப்பது எந்த விதத்திலும் தவறாகாது. நீங்கள் உங்களைத் தேவையில்லாமல் வருத்திக்கொள்ள வேண்டியதில்லை” என்றுவிட்டுக் கண்களைச் சுருக்கி அவனையே பார்த்துக்கொண்டிருந்தார்.

தேவாலயத்தின் பக்கவாட்டு நடைபாதையிலிருந்து நுழைவு வாயிலை இணைக்கக்கூடிய பாதையைப் பார்த்துக்கொண்டிருந்த ஆல்ஃபிரடோ, சட்டென ஃபால்கனின் முகத்தைப் பார்த்து எச்சிலை விழுங்கிக்கொண்டான். ஃபால்கன் அவனைப் பார்த்துச் சிரித்துக்கொண்டபடி,

“உங்களது பார்வையிலுள்ள ஆச்சர்யம் எனக்குப் புரிகிறது ஆல்ஃபிரடோ. இந்த வாசகத்தை அல்லது புலம்பலை இவன் எப்படித் தெரிந்துகொண்டான் என்றுதானே யோசிக்கிறீர்கள்? மதுவிடுதியில் நீங்கள் புலம்பியதை என் நண்பர் எனக்குச் சொன்னார். ஒரு மேசையைச் சுற்றி அமர்ந்திருந்த அராஜகக் கும்பலில் இருந்த அத்தனை பேரும் உங்களைக் கேலி செய்ததைக்கூட எனக்குச் சொன்னார். எத்தனை குடித்தாலும் மதுபோதை ஏறாத அவர் அன்றைக்கு உங்களை அங்குலம் அங்குலமாக அளந்திருக்கிறார். ஒரு கால்பந்தாட்டக்காரனுக்குக் கால்களைக் காட்டிலும் விரல்கள்தான் அத்தனை முக்கியம் வாய்ந்தது என்றும், விரல்களில்லாத கால் துடுப்பில்லாத படகைப் போன்றதுதான் என்றும் அவரது மேசையின் முன்பாக நீங்கள் புலம்பியிருக்கிறீர்கள்.”

மறுபடியும் ஃபால்கனைப் பார்த்த ஆல்ஃபிரடோ, குட்டு உடைந்தவன் போலத் தலையாட்டிக்கொண்டே, “சில உண்மைகள் வெளிவந்தால் நாம் கேலிக்குரிய ஆளாவோம் என்பதை இப்போது உணரமுடிகிறது ஃபால்கன். மிஸ்டர் ஃபால்கன். அவன் இழந்த நான்கு விரல்களுக்கான சக்தியும் ஒரு முழு ஆளுக்கு இணையானதென நான் இரண்டு முறை உணர்ந்திருக்கிறேன். ஜினடின்-ஃபிகோ சந்திப்பு நிகழ்ந்தது பாருங்கள்... அன்றைக்கு வீடு திரும்பும்போது ஃபிகோ தன் காலில் வலி அதிகமெனத் தூக்கச் சொல்லிவிட்டான். சுமார் நாற்பது ஐம்பது படிகள் அவனை நான் முதுகில் சுமந்தேன். அந்த மழையிலும் எனக்கு வியர்த்துக் கொட்டியது. அப்போது எதிர்பாராமல் ஒரு படியில் என் இடது கால் இடித்துவிட்டது. அதன்பிறகு நான் விரல்களை ஊன்ற முடியாமல் அவதியுற்றேன். என்னால் அன்றைக்குச் சுத்தமாகப் படியேற முடியாததற்கான காரணத்தைப் பின்னாளில் நினைத்துக்கொள்ள வேண்டியிருந்தது. இன்னொருமுறை, ரயில் நிலையத்தில் ஒரு மூதாட்டியிடம் வழிப்பறிச் செய்துகொண்டு போனவனை நான் துரத்திப்பிடிக்க வேண்டியதாயிற்று. அந்தப் பரபரப்பிலும் ஓட்டத்திற்கு விரல்கள் எப்படித் துடுப்புபோல உதவுகிறதென்று நான் ஆராய்ச்சி செய்துகொண்டேதான் ஓடினேன்.”

“சரி எதற்காக இந்தப் புலம்பல்? எல்லாம் சரியாகத்தானே போய்க்கொண்டிருக்கிறது?” என்றார் ஃபால்கன்.

ஆல்ஃபிரடோ, சாவ்-பாவ்லோ கால்பந்துக் கழகத்தில் ஃபிகோவின் ஓட்டம் குறித்த புகார் கூறலைச் சொல்லிவிட்டு, “அன்றைக்கு முழுக்க நீங்கள் கூறிய மரபு வழியிலான சாபக்கேடு என்கிற வார்த்தைதான் எனக்குள் ஒலித்துக்கொண்டே இருந்தது” என்றான்.

அதைக் கேட்டுக்கொண்ட ஃபால்கன், தேவாலய கோபுரத்தைப் பார்த்துக்கொண்டே இருந்துவிட்டுப் பிறகு ஆல்ஃபிரடோவைப் பார்த்துக் கேட்டார். "இது ஃபிகோவிற்குத் தெரியுமா?"

"முதலில் தெரியப்படுத்த வேண்டாமென்றுதான் நினைத்தேன். பிறகு, அவனுக்குச் சிறந்த முறையில் விசேசப் பயிற்சியளிக்கலாமென நானே களத்தில் இறங்கினேன். அப்போது அவனது பயிற்சியாளர் அந்தக் குறையை அவனிடம் சுட்டிக்காட்டியதாகச் சொன்னான். அதன்பிறகு எனது பயிற்சியின் ஓர் அங்கமான நம்பிக்கையூட்டலையெல்லாம் முடித்ததும் நான் அவனுக்கு அதைத் தெரியப்படுத்திவிட்டேன்."

"சரி. நல்லதுதான். உங்களது பயிற்சி எப்படிப் போய்க் கொண்டிருக்கிறது? ஃபிகோ ஒத்துழைக்கிறானா?"

"ஆமாம் ஃபால்கன். மிகச்சிறந்த முறையில் ஒத்துழைத்தான். இது மரபு வழியிலான சாபக்கேடாகிவிடக்கூடாது என்பதற்காக என்னாலான உழைப்பைத் தருகிறேன். என் மகன் அவனுக்குள்ளிருக்கும் மரபு வழியிலான முயற்சியைத் தருகிறான். மூன்று மாதங்களென என் பயிற்சிக் காலத்தைத் திட்டமிட்டிருந்தேன். ஒரே வாரத்தில் இதை நான் பார்த்துக்கொள்கிறேன். உனக்கு இங்கே இனி வேலையில்லை போ என்றுவிட்டான் அந்த எமகாதகன்."

"குட். ஃபிகோவை நீங்கள் திறமைசாலியாக வளர்த்திருக்கிறீர்கள்" என்று பெருமையான தொனியில் புருவமேட்டை உயர்த்தியும், உதட்டைப் பிதுக்கியும்கொண்ட ஃபால்கன், "நிச்சயமாக அவன் தன் இலக்கை அடைவான். மரபு வழியிலான சாபக்கேடு என்றெல்லாம் இனி நீங்கள் புலம்பவேண்டியதில்லை. அது உங்களோடு முடிந்துவிட்டது. நம்பிக்கையுடன் இருங்கள்."

"உங்கள் ஆறுதல் வார்த்தைக்கு மிக்க நன்றி ஃபால்கன்."

"பரவாயில்லை ஆல்ஃபிரடோ. ம்ம்... அப்புறம் உங்களிடம் ஒன்று. நீங்கள் இதற்கு முன்னர்ப் பிரார்த்தனைக்கென இந்தத் தேவாலயத்திற்கு வந்திருக்கிறீர்கள்தானே?"

"ஆமாம். நான் எப்போதாவது இந்தத் தேவாலயத்திற்கு வருவதுண்டு. அப்போதெல்லாம் இன்றைக்கு போல் இவ்வளவு கூட்டத்தைக் கண்டதில்லை. இந்த மக்களை ஆண்டவன் நிறையச் சோதிக்கிறான் போல. அல்லது மக்கள் நிறையப் பாவம் செய்கிறார்கள் போல."

“ஹ ஹா… ஆனால் நீங்கள் வழக்கமாகக் கேல்வரி தேவாலயத்திற்குச் செல்லக்கூடியவரென்பது எனக்குத் தெரியும்.”

“ஆமாம். கேல்வரி தேவாலயம் நான் வேலைக்குச் செல்லும் வழியில் இருப்பதால் அது எனக்கு வசதியாக இருக்கிறது. மற்றபடி எல்லா இடங்களிலும் கடவுள் ஒன்றுதானே… உங்களது புண்ணியத்தில் இன்றைக்கு நான் இங்கே வந்திருக்கிறேன். சில நாட்களாகத் தொடரும் என் சிரமங்களை இன்றைக்கு இங்கே சொல்லிப் பார்க்கிறேன். செவி சாய்க்கிறானா பார்க்கலாம்.”

“ஆமாம் ஆல்ஃபிரடோ. நீங்கள் ஏதோ சிரமத்தில் இருக்கிறீர்கள் என்பதை நான் கவனிக்கிறேன். ஆனாலும் கேட்பதற்குச் சங்கடப்படுகிறேன். நீங்கள் ஆளே இளைத்துப் போய்விட்டீர்கள். கன்னத்தில் முதுமைக்கான மடிப்புகள் தென்படுகிறது. உங்களது கண்கள் பல நாளைய உறக்கத்தைத் தொலைத்துவிட்டதைப்போல உயிரற்று இருக்கிறது. நீங்கள் இரவில் மட்டும்தானே வேலைக்குச் செல்வீர்கள்? சில நாட்களாகப் பகலிலும் சென்றுவருகிறீர்களா? அப்படித்தான் நினைக்கிறேன். நேற்றைக்குக் காலையில்கூடத் தண்ணீருக்காக நான் நின்றபோது இன்றைக்குப் பகல் வேலைக்குப் போகவில்லை என்று சொன்னதாக நினைவு. சரிதானே?”

“சரிதான் ஃபால்கன். நான் பகல் வேலைக்கும் செல்வது உண்மைதான். அதனால்தான் இந்த உடல் இளைப்பு. மற்றதெல்லாம்.”

“உண்மையில் இதைப் பற்றிப் பேசுவதற்காகத்தான் இந்தச் சந்திப்பிற்கு உங்களை அழைத்தேன். நீங்கள் விரும்பினால் உங்களது சிரமத்தை என்னிடம் பகிர்ந்துகொள்ளலாம். என்னால் அதைத் தீர்த்துவைக்க முடியுமானால் தயக்கமின்றிச் செய்வேன். யாராலும் தீர்த்துவைக்க முடியாதது என்று நீங்கள் கருதினால் குறைந்தபட்சம் பாரமாவது உங்களுக்குக் குறையும் இல்லையா?”

12

I

“ஹே... ஜினடின். எப்படி இருக்கிறாய்? என்னைப் பார்க்கவேண்டும் என்றாயாமே? என்ன மேட்ச் பார்த்துக்கொண்டிருக்கிறாய் இப்போது?”

“ஹே. ஃபிகோ. வா. அப்படியே அந்தச் சக்கர நாற்காலியை மடக்கி இப்படி ஓரமாய்க் கிடத்தேன். இப்படி. இப்படி. இந்தப்பக்கம் திருப்பினாற் போல நிறுத்து. ம்ம்ம். அப்படித்தான். வா. உட்கார். எப்படி இருக்கிறாய்? அதோ பார் தொலைக்காட்சியின் இடது ஓரத்தில் ஓடிக்கொண்டிருப்பது நான்தான். நாங்கள் முன்பு வசித்த குடியிருப்பு வளாகத்தின் முதலாவது யூனிட் சிறுவர்களுக்கும் எங்களது இரண்டாவது யூனிட் சிறுவர்களுக்குமிடையே நடைபெற்ற போட்டி இது. மொத்தம் அங்கே நான்கு யூனிட்கள் உண்டு. ஒவ்வொருவரும் ஒவ்வொருவருடனும் மோதி இறுதி ஆட்டம்வரை செல்வதுண்டு. பரிசு என்ன தெரியுமா? பிறகு சொல்கிறேன். இப்போது நீ பார்ப்பது ஒரு இறுதி ஆட்டம்தான். என் அப்பா இந்த ஆட்டத்தை எனக்காகப் பிரத்தியேகமாகப் பதிவு செய்திருந்தார். எங்கே... உன் அப்பா வந்திருக்கிறாரா?” கூடத்தைப் பார்ப்பதற்காகத் தலையை அங்கும் இங்குமாக அசைத்தான்.

“ஆமாம் ஜினடின். நான் அவருடன்தான் வந்திருக்கிறேன். இரு உன் ஆட்டத்தைப் பார்ப்போம்.”

“பார் பார்.”

“ஜினடின். அந்த ஏழாம் எண் அட்ரியானோவிடம் நீ பந்தை வாங்கிக்கொண்டு போகிறாயே... உன்னைச் சுற்றி டிஃபென்ஸ் ஆடக் கூடியவர்களை ஏமாற்றி இந்த இடத்தில் யாரும் எதிர்பாராத வகையில் பந்தை ஒரு சிப் ஷாட்டுக்கு முயற்சி செய்திருந்தால் கோல் ஆகியிருக்குமே? நான் ஒருமுறை அப்படி அடித்திருக்கிறேன்.”

“ஓ... அப்படியா! நல்ல முயற்சிதான். ஆனால் களத்தில் நாம் எதிரணியினரை லேசாக எடைபோட முடியாது. நீ மேட்சைப் பார். அன்றைக்கு ஏதோ உனக்கு அப்படி யோசனை வந்து முயற்சித்திருக்கிறாய். அது உனக்குச் சாதகமாகியிருக்கிறது. அடுத்தடுத்த முறையும் அப்படி உன்னால் முடிகிறதா பார். டிஃபெண்டர்ஸ் உன்னைச் சரியாகக் கட்டம் கட்டிவிடுவார்கள்.

அதையும் தாண்டி அந்த ஷாட்டில் நீ வென்றால் அதுதான் உன் தனித்திறமை. அதை நீ பத்திரப்படுத்திக்கொள்ள வேண்டும். அதோ... மறுபடியும் அந்த ஏழாம் எண் அட்ரியானோவிடம் நான் பந்தைப் பறிகொடுக்கிறேன் பார். அவன்தான் எனக்குச் சிம்மசொப்பனமாகத் திகழ்ந்தான் அன்றைக்கு."

"ஓ... அப்படியா! கோல் நிலவரம் என்ன இப்போது? இன்னும் எத்தனை நிமிடங்கள் மேட்ச் நடக்கும்? வென்றது யார்?"

"நாங்கள் இரண்டு கோல்கள் அடித்திருந்தபோது அவர்கள் சரசரவென நான்கு கோல்கள் அடித்துவிட்டனர். மேட்ச் முடிய இன்னும் மூன்று நிமிடங்கள்தான் இருக்கிறது. இந்தா இந்தக் கடிகாரத்தையும் கையில் வைத்துக்கொண்டு மேட்சைப் பார்."

"அப்படியானால் நீங்கள் வெற்றியைப் பறிகொடுத்துவிட்டீர்களா?"

"மேட்சைப் பார்... மேட்சைப் பார். இல்லை வேண்டாம். இந்த இடத்தில் நான் ஆட்டத்தைப் பாஸ் செய்கிறேன். அதற்கு முன்னர் உன்னிடம் ஒரு கேள்வி."

"அடப்போ ஜினடின். ஆட்டத்தின் விறுவிறுப்பான போக்கைச் சொல்லிவிட்டு இப்படிப் பாஸ் செய்துவிட்டாயே... அப்படி என்ன முக்கியமான கேள்வியைக் கேட்கப்போகிறாய்? இன்னும் மூன்று நிமிடம்தானே இருக்கிறது. முடிந்ததும் கேள். இப்போது தொலைக்காட்சியை ஓடவிடு."

"எது முக்கியமென்று இப்போது உனக்குத் தெரியாது. இரு. மேட்ச் எங்கேயும் போகாது. இந்தப் பொத்தானை அழுத்தினால் ஓடும். அதற்கு முன்னர் என் கேள்விக்குப் பதில் சொல். உனக்குப் பை-சைக்கிள் ஷாட்டில் கர்வ் அடிக்கத்தெரியுமா?"

"பை-சைக்கிள் ஷாட் நன்றாகவே அடிப்பேன். ஆனால் அதில் கர்வ்வெல்லாம் திட்டமிட்டு அடிக்கத் தெரியாதே..."

"இந்த ஷாட் உனக்குக் கைகொடுக்கும். எப்படியென்று சொல்லித் தருகிறேன். அதைப் பழகிக்கொள். முதலில் அதிலுள்ள நுணுக்கத்தைத் தெரிந்துகொள். சாதாரணமாகவே பை-சைக்கிள் ஷாட் அடித்தால் நமக்குப் பின்னால் நிற்பவர்கள் ஆடிப்போவார்கள். ஏன் தெரியுமா?"

"தெரியாதே?"

"பந்தை நாம் அடிக்கும் வேகத்திற்குப் பின்னால் நிற்பவர்களால் என்ன செய்வதென்று புரியாமல் போகும். அப்போது அவர்கள் தலையைக் கொடுத்தாலோ உடம்பில் வாங்கினாலோ

ஒன்றுமில்லை. ஆனால் அவர்கள் கையை முன்பக்கம் நீட்டுவதற்கான சந்தர்ப்பங்கள் அதிகம். அப்படி நீட்டக்கூடாதென்ற பயிற்சி இருந்தாலும் அது இயல்பாக நடப்பதைக் கட்டுப்படுத்த முடியாது. அல்லது பாதுகாப்புக் கருதிக் கையை மேலே தூக்கினாலோ பின்பக்கம் கட்டிக்கொள்ள முயற்சித்தால்கூடப் பந்து கையில் பட வாய்ப்புண்டு. கையில் பட்டால் ஃபவுல் ஆகிவிடுமல்லவா? அதைத் தவிர்த்துக்கொள்ள ஒதுங்கிக்கொள்ளும் சாத்தியங்கள்தான் அதிகம். அப்படி ஒதுங்கும் பட்சத்தில் கோல் கீப்பரும் ஏமாந்து போனால் கோல் தானே? அதில் கர்வ் ஷாட் அடித்தால் பந்து கோல் ஆவதற்கான சாத்தியம் இன்னும் நிறைய உண்டா இல்லையா? ஒரு ஆட்டக்காரனாகச் சொல். உண்டா இல்லையா?''

"ஆமாம். வாய்ப்புகள் அதிகம்தான். ஆனால் பை-சைக்கிள் ஷாட்டில் எப்படிக் கர்வ் அடிப்பது? என்ன டெக்னிக் அது?''

"எப்படி அடிப்பதென்று இதோ சொல்லித்தருகிறேன். இப்போது தொலைக்காட்சியைப் பார்'' என்று அதை இயக்கினான்.

ஆட்ட நேரம் முடிவதற்கு இரண்டரை நிமிடத்தில் ஒருமுறையும், ஒரு நிமிடம் நாற்பது விநாடியில் ஒருமுறையும் ஜினடின் கோலாக்க முயற்சித்ததை அட்ரியானோ தட்டிப்பறித்துக்கொண்டு போனான். மறுபடியும் ஒரு நிமிடம் பதினைந்தாவது விநாடியில், ஜினடின், பந்தை கோல் கம்பத்தை நோக்கி விரட்டிக்கொண்டு ஓடியபோது டிஃபெண்டர்ஸிடம் பறிகொடுத்தான். என்றாலும்கூட அந்த டிஃபெண்டரில் ஒருவன் பந்தை தவறாகக் கணித்து வாங்கியபோது அது மறுபடியும் ஜினடினின் காலுக்குக் கிடைத்தது. இந்த முறை ஜினடின் அதைப் பை-சைக்கிள் ஷாட் அடித்தான். அது டிஃபெண்டர்ஸையும் கோல் கீப்பரையும் ஏமாற்றிக் கோல் ஆனது. ஃபிகோ, ஜினடினை மரியாதை கலந்த ஆச்சர்யத்துடன் பார்த்தான். இரு அணியும் நான்கிற்கு நான்கு என்கிற சமநிலையில் ஆட்டம் தொடர்ந்தது. முப்பது விநாடிகள் எஞ்சியிருக்கையில் மறுபடியும் ஜினடின் தன் காலில் கிடைத்த பந்தை பை-சைக்கிள் ஷாட் அடித்தான். அதுவும் கோல் ஆனது. மறுபடியும் ஃபிகோ, ஜினடினை அதே மாதிரி பார்த்துவிட்டுக் கையைக் குலுக்கி வாழ்த்தினான். அப்போது ஜினடின் சொன்னான். "ஃபிகோ. உனக்கு ஒன்று தெரியுமா? இதுதான் நான் ஆடிய கடைசி ஆட்டம்'' ஃபிகோ அவனை இறுக்கமாகக் கட்டிக் கொண்டான்.

II

“காலையில் நீங்கள் தேவாலயத்தில் உங்கள் சிரமத்தைச் சொல்வதற்கு முன்னர் நான் உங்கள் குடும்பத்தில் வேறு ஏதோ பிரச்சனை என்றுதான் நினைத்தேன் ஆல்ஃபிரடோ. இந்தச் சின்ன விசயத்திற்காக இதுநாள் வரையில் இல்லாத வறுமைக்குள் உழலுவீர்களென நான் நினைக்கவில்லை. ஒருவார்த்தை என்னிடம் நீங்கள் சொல்லியிருக்கலாம்.”

“உங்களைச் சிரமப்படுத்தி நான் ஆதாயம் அடையக்கூடுமென்றுதான் இதைத் தவிர்த்தேன் ஃபால்கன். அதற்காக என்னை மன்னியுங்கள்.”

“அப்படியென்ன ஆதாயமடைவதாக எண்ணிக்கொண்டீர்கள்? தேவையில்லாததைச் சுமந்ததோடு ஃபிகோவின் கனவையும் சிதைத்திருப்பீர்கள் தெரியுமா? சென்றமுறை வாங்கிய தொகையைக் குறித்த அவகாசத்திற்கு முன்னாலேயே கொடுத்தவர்தானே நீங்கள்? அப்புறமென்ன தயக்கம்? அதுவும் போக ஃபிகோ எனக்கும் மகன் மாதிரிதானே. நான் மட்டும் வேலையில் இருந்தால் அவனது பயிற்சிக் கட்டணத்தை நானே செலுத்தியிருப்பேன். நீங்கள் அதை மறுக்க முடியாது தெரியுமா?”

“உங்களைப் புரிந்து கொள்ளாததற்கு என்னை மன்னித்துக் கொள்ளுங்கள் ஃபால்கன்.”

“பரவாயில்லை விடுங்கள் ஆல்ஃபிரடோ. சென்றமுறை என் மனைவிக்குத் தெரியாமல் கொடுத்தேன் என்று நினைக்கிறீர்கள் போல. ஆனால் அதை நான் அவளுக்குப் பின்னாளில் தெரியப்படுத்திவிட்டேன். இப்போது உங்களுக்கு இந்த அத்தியாவசிய உதவியைச் செய்யச் சொன்னது அவளும் ஜினடினும்தான் தெரியுமா?”

“ஃபால்கன். நீங்கள் எனக்கு இந்த நேரத்தின் மெய்க்காப்பாளன். என்னால் சொல்வதற்கு ஒன்றுமில்லை. நான் மிகவும் உணர்ச்சிமயமாகி இருக்கிறேன். நான் இந்தத் தொகையை எப்போதைக்குள் திருப்பித் தரவேண்டும்?”

“விமான நிலையத்தில் நான் பார்த்த வேலைக்கான இருப்புத் தொகையை எனக்கு இப்போதுதான் தந்திருக்கின்றனர். அதிலிருந்துதான் நான் உங்களுக்கு இதைத் தருகிறேன். ஆகையால் தற்போது இது எனக்கு உபரியான தொகைதான். ஒன்றும் அவசரமில்லை. உங்களால் எப்போது முடியுமோ அப்போது தந்தால் போதும். உங்களை நான் நம்புகிறேன் ஆல்ஃபிரடோ.”

“மிக்க நன்றி ஃபால்கன். நான் வறுமையிலிருக்கும்போது என்னை ஏமாற்றியவர்களின் நினைவுதான் என்னைக் கொல்கிறது. உங்களது அன்பிற்கு என்னால் என்ன கைமாறு செய்யமுடியுமோ தெரியாது. ஆனால் சீக்கிரத்திலேயே திருப்பிக் கொடுத்துவிடுவதைத்தான் நன்றியாகவும், கைமாறாகவும் நினைக்கிறேன்.”

“உங்களது நல்ல மனதுக்கு நீங்கள் இழந்ததையெல்லாம் திரும்பப் பெறுவீர்கள் ஆல்ஃபிரடோ. இப்போதைக்கு நீங்கள் வேறு எதையும் யோசிக்க வேண்டியதில்லை. இன்னும் நான்கைந்து மாதங்களில் கிளப்புகளுக்கிடையிலான, பதினாறு வயதிற்கு உட்பட்டோருக்கான போட்டிகள் நடக்கவிருக்கிறது. சாவ்-பாவ்லோ கால்பந்துக் கழகம் அதற்கான தகுதிச். சுற்று நடத்துமல்லவா? அதில் தேர்வு பெற ஃபிகோவைத் தயார் செய்யுங்கள். சர்வதேச தேர்வுக் குழுவினர்களின் கவனத்தைப் பெறக்கூடிய போட்டிகளில், ஃபிகோவின் பங்களிப்பு மிக முக்கியமானது. உங்களது முழுக் கவனமும் இப்போது அதில்தான் இருக்கவேண்டும். அந்தப் போட்டிகளுக்கு ஃபிகோ தகுதி பெற்றுவிட்டானானால் உங்களது வாழ்க்கையே நல்ல திசைக்கு மாறிவிடும் பாருங்கள்.”

“கண்டிப்பாக ஃபால்கன். இனி இது என் குடும்பத்தாரின் கனவு மட்டுமல்ல. நீங்கள், உங்கள் மனைவி, ஜினடினின் கனவும்கூட. அட... நான் வந்ததிலிருந்து உங்களுடனேயே பேசிக்கொண்டிருக்கிறேன் பாருங்கள். நாம் ஜினடினைப் பார்க்கலாமா?”

“தாராளமாக...” என்று சொல்லிக்கொண்டே நாற்காலியிலிருந்து எழுந்த ஃபால்கன், கால்களை ஓங்கித் தரையில் அடித்து நின்றார். பிறகு ஏதோ யோசனையில் அங்கும் இங்கும் பார்த்துவிட்டுச் சோபாவில் கிடந்த கிடாரை எடுத்து உடம்பில் மாட்டிக்கொண்டு ஜினடினின் அறையை நோக்கி நடந்தவாறு ஆல்ஃபிரடோவிற்குத் தலையசைத்து அழைத்துக்கொண்டார்.

ஜினடினின் அறையினுள்ளே ஃபிகோ, முன்னும் பின்னுமாக ஓடியபடியும், தரையில் கிடந்த மாயப் பந்தை அங்கும் இங்குமாக உதைத்தபடியும், பக்கவாட்டாக உடலை அசைத்து, வெறும் கால்களினால் ஆட்டத்தின் அத்தனை வித்தையையும் நிகழ்த்திக் கொண்டிருந்தான். அவனைப் பலமாக ஊக்குவித்த ஜினடின், நுணுக்கமான தன் கையசைவின் மூலம் வேறு எதையெதையோ சொல்லிக்கொடுத்துக் கொண்டிருந்தான்.

“வீரர்களே... என்ன செய்துகொண்டிருக்கிறீர்கள்?” என்ற ஃபால்கன், கிடாரை ஒருமுறை இசைத்து நிறுத்தினார். ஜினடின்,

ஆல்ஃபிரடோவைப் பார்த்து, "அங்கிள்" என்று புன்னகைத்துத் தலையாட்டினான். பதிலுக்கு ஆல்ஃபிரடோவும் அன்பான தோரணையில், "ஜினடின்" என்று அவனது தோளில் கைவைத்து அழுத்தினான்.

"ஜினடின். உன்னுடைய மேட்சை எனக்கு இந்தப் பெண்-டிரைவில் ஏற்றித் தருகிறாயா? என் அப்பாவிடம் போட்டுக்காட்ட வேண்டும். அதோடு, உன் பிரத்தியேக ஷாட்டை நான் அதைப் பார்த்தே கற்றுக்கொள்வேன்" என்று தன் கழுத்தில் மாட்டியிருந்த வெள்ளிச் சங்கிலியில் கை வைத்துக் கொண்டிருந்தான்.

"நிச்சயமாக ஃபிகோ. நானே நினைத்தேன். கொடு உன் பெண்-டிரைவை."

ஆல்ஃபிரடோ, எதுவும் புரியாதபடி ஒவ்வொருவரின் முகத்தையுமாகப் பார்த்தான்.

ஃபிகோ, தன் கழுத்தில் தொங்கியதைக் கழற்றி ஜினடினிடம் கொடுத்தபோது தன் அப்பாவிடம் சொன்னான். "அப்பா. வீட்டிற்குச் சென்றதும் நான் உனக்கு ஒரு அதிசயத்தைக் காட்டப்போகிறேன். என்னவென்று இப்போதே கேட்காதே."

ஃபால்கன் கிடாரை ஒருமுறை பூம்... என்று சுருதியற்ற இசைப்புடன் இசைத்துக்கொண்டே, ஹ ஹா ஹாவெனப் பலமாகச் சிரித்தார்.

ஆல்ஃபிரடோ, ஃபால்கனைப் பார்த்துச் சிரித்துவிட்டு, ஃபிகோவைப் பார்த்து, "நான் கேட்கவில்லையப்பா..." என்று மணிக்கட்டைப் புரட்டிப் பார்த்துக்கொண்டே, ஃபால்கனிடம், "நாங்கள் கிளம்புகிறோம் ஃபால்கன். வேலைக்குக் கிளம்பவேண்டும். ஃபிகோ... நாம் கிளம்பலாம். நான் வேலைக்குக் கிளம்பவேண்டும் நேரமாகிவிட்டது. ஜினடினிடம் சொல்லிக்கொண்டு புறப்படு."

ஜினடின், ஃபிகோவிடம், "டேட்டா ட்ரான்ஸ்ஃபருக்கு இன்னும் முப்பது விநாடிகளே உள்ளன. இரு" என்று கையை அமர்த்தினான். பிறகு அது முடிந்ததும், "ம்ம்ம். இந்தா" என்று தன் மடி கணினியிலிருந்து பெண்-டிரைவை உருவிக்கொடுத்தவன், "இன்னொரு நாள் வருகிறாயா ஃபிகோ" என்றான்.

"நிச்சயமாக ஜினடின். இனி என் அப்பாவை எதிர்பார்க்க வேண்டியதில்லை. நேரமிருக்கும் போதெல்லாம் வருகிறேன். வரலாமில்லையா அங்கிள்?" சிரித்துக்கொண்டே ஃபால்கனைப் பார்த்தான்.

"ஹேய்... ஃபிகோ. என்ன கேள்வி இது? நீ எப்போதும் வரலாம்" என்றுவிட்டுத் தன் தலையிலிருந்த கௌ-பாய் தொப்பியை எடுத்து ஃபிகோவின் தலையில் வைத்து வைத்து எடுத்துக்கொண்டிருந்தார்.

ஆல்ஃபிரடோ, மறுபடியும் நேரத்தைப் பார்த்துவிட்டு ஃபிகோவைக் கிளப்பினான். பிரிய மனமின்றிச் சொல்லிக்கொண்டு, அறையை விட்டுப் போனவனை அழைத்த ஜினடின், "அன்றைக்கு நான் வாங்கிய பரிசு என்னவென்று கேட்கவில்லை பார் நீ?"

"ஹே... அட ஆமாம். என்ன பரிசு கொடுத்தார்கள்? சொல் சொல். நானாயிருந்தால் ஒரு மைதானத்தையே உனக்கு எழுதிக்கொடுத்திருப்பேன். சொல். என்ன பரிசு அது? பிறகு சொல்கிறேன் என்று சொல்லிவிடாதே. சொல்."

ஜினடின் சிரித்துக்கொண்டே அந்த அறையின் சுவற்றிலிருந்த கண்ணாடி அலமாரியை நோக்கிக் கையை நீட்டினான். "ஓ... இந்தக் கிக்-சைக்கிளா கொடுத்தார்கள்? பரவாயில்லையே!"

ஜினடின் தன் அப்பாவிடம் அந்தக் கிக்-சைக்கிளை வெளியில் எடுக்கச் சொன்னான். அவர் மறுக்கவில்லை என்றாலும் சற்று தயக்கத்துடனேயே நடந்தார்.

"எடுத்தாயா அப்பா? அதை வெளியில் எடு. எடுத்து ஃபிகோவிடம் கொடு. அலமாரியில் வைத்து அழகு பார்க்க வேண்டிய பொருளா அது?"

ஃபால்கன் அதை ஃபிகோவின் கையில் கொடுத்தபோது ஆல்ஃபிரடோ கண்டிப்புடன் மறுத்தார். ஃபிகோவும் தயங்கினான்.

"ஃபிகோ. நான் தருகிறேன். நீ மறுக்காமல் வாங்கிக்கொள். இந்தக் கிக்-சைக்கிள் உனக்குப் பயன்படும். ஒருவகையில் இது உன் உந்துவிசையைக் கூட்டித்தரக்கூடிய மிகச்சரியான பயிற்சி உபகரணம்தான். வாங்கிக்கொள்"

III

ஜினடினின் வற்புறுத்தலுடன், ஃபால்கனும், அலுவலகத்திலிருந்து திரும்பியிருந்த அவரது மனைவியும் ஒற்றைக் குரலாக வற்புறுத்தியதில், ஆல்ஃபிரடோவின் மறுப்பு வார்த்தைகள் எடுபடவில்லை.

இரண்டாவது தளத்திலிருக்கும் ஃபால்கனின் வீட்டிலிருந்து நான்காவது தளத்திலுள்ள தன் வீட்டிற்கு லிஃப்டில் ஏறிய ஆல்ஃபிரடோ, வேலைக்குச் செல்லக்கூடிய அவசரத்தில் வேகமாக நடந்தான். அந்த நடைக்கு ஈடுகொடுக்க முடியாத ஃபிகோ, தன் கையிலிருந்த கிக்-சைக்கிளை விரித்து அதன்மீது தன் வலது காலை ஏற்றிக்கொண்டு, இடது காலால் உந்திக்கொண்டே தன் அப்பாவிடம் ஜினடினுடனான முதல் சந்திப்பையும், தற்போதைய சந்திப்பையும் பகிர்ந்துகொண்டே வந்தான். அந்த வார்த்தைகள் முழுக்க ஜினடினின் முழுத் திறமை குறித்ததாகவே இருந்தது. ஆச்சர்யமாகக் கேட்டுக்கொண்டே வந்த ஆல்ஃபிரடோ, அவன் அப்பா சொன்னார் ஃபிகோ. உன் நடையில் மாற்றமிருக்கிறதாம். மலையேற்றக்காரனைப் போல உடலை முன்னே சரித்துக்கொண்டு நீ நடப்பது, தனி அழகு பொருந்தியதாக இருக்கிறதாம். நான் அளித்த பயிற்சி வீணாகவில்லை பார்."

"ஆமாம் அப்பா. ஜினடினும் இதையேதான் சொன்னான். அப்பா. ஜினடின் இந்தக் கிக்-சைக்கிளை எனக்குக் கொடுக்கவேண்டும் என்பதற்காக உந்துவிசையைக் கூட்டித்தரும் என்று பொய் சொல்லவில்லை. உண்மையில் இது அப்படியானதொரு உபகரணம்தான். என் இடது கால் பலம் பெறுவதை என்னால் உணரமுடிகிறது அப்பா."

13

எதன் பொருட்டும் பெருத்த கடனாளியாக இருப்பதை ஏற்றுக் கொள்ள முடியாத ஆல்ஃபிரடோ, அதை அடைக்கும் முனைப்புடன் இரவு பகலென வேலைக்குச் சென்றுவிட்டாலும், வீட்டிலிருக்கக்கூடிய கம்மியான நேரத்தில்கூட எல்லோரின் முன்பாகவும் கவலையுடன் புலம்புவதை அவனால் நிறுத்தமுடியவில்லை. என்றாலும்கூட ஃபிகோவின் பயிற்சிக் கட்டணத்தைச் செலுத்தியதற்குப் பிற்பாடு, 'மரபு வழியிலான சாபக்கேடு' என்கிற புலம்பல் இல்லை. தலைமுறை தலைமுறையாக நிறைவேறாமல் தொடரும் கனவை உன்னால் தடுத்து நிறுத்தமுடியுமா ஃபிகோ? என்றதற்கு அவன், வறுமையின் பிடியில்லாமல் என்னால் சாவ்-பாவ்லோ கால்பந்துக் கழகத்திற்குத் தொடர்ச்சியாகச் செல்லமுடியுமானால் நிச்சயமாக முடியும் என்றான். ஃபால்கன்வேறு பக்கபலமாக இருப்பதால் இனி இதைவிட எத்தனை பெரிய வறுமை வந்தாலும் சமாளித்துவிடக்கூடிய தைரியத்தில், ஃபிகோவின் விருப்பத்தைத் தன் இடத்திலிருந்து பலமாக ஊக்குவித்தான். மகனுடைய வார்த்தை கொடுத்த உற்சாகமும், ஃபால்கனின் கடனும், பொறுப்பை உணர்த்துகிறதென அன்றைக்குப் போதிய உறக்கமின்றி எழுந்து வேலைக்குக் கிளம்பிக் கொண்டிருந்தான்.

அவனது மனைவி வெரோனிகா, "ஹே. ஆல்ஃபிரடோ. இங்கே பார். ஃபால்கனிடம் கடன் வாங்கியதிலிருந்து இன்றோடு நீ பதின்மூன்று நாட்கள் தொடர்ச்சியாகப் பகல் இரவென வேலைக்குப் போய் வருகிறாய். இப்படி நீ உழைப்பது எனக்கு ஏற்பில்லைதான். வேறு வழியில்லாத காரணத்தால்தான் நான் ஒரு நாளும் உன்னைத் தடுக்கவில்லை. ஆனால் இன்றைக்கு மட்டும் பகலில் படுத்து உறங்கிக்கொள். உடல் போதிய ஓய்வெடுத்தால் இன்னும் உற்சாகத்துடன் வேலை பார்க்கமுடியும்" என்றாள். அவனது அப்பாவும் அம்மாவும் அதே கோரிக்கையை வழிமொழிந்தனர். அவர்களது வேண்டுகோளை கண்டிப்புடன் மறுத்தவன், மதுவிடுதியை நோக்கி சைக்கிளை மிதித்தான்.

சரியான நேரத்திற்கு மது விடுதியின் வளாகத்திற்குள் நுழைந்ததும் சீருடையை மாட்டிக்கொண்டு மதுக்கூடத்திற்குள் தலையைக் காட்டினான்.

நீள் சதுர அமைப்புக்கொண்ட அந்தக் கூடத்தில், தொந்தரவு செய்யாத சத்தத்தில் ராப் இசை ஒலித்துக்கொண்டிருந்தது.

மத்தியிலுள்ள மேசையில், கைகளை ஊன்றிக்கொண்டு அமர்ந்திருந்த ஒருவர், “உங்களைத்தான் பரிசாரகரே... நற்காலை. சற்று இப்படி வரமுடியுமா?”

தொப்பியைச் சரிசெய்துகொண்டபடி, லேசாகப் புன்னகைத்தவாறு, அவரை நோக்கி நடந்தவன், “மரியாதைக்குரியவரே. நற்காலை. என்னையா அழைத்தீர்கள்?”

“சந்தேகமில்லாமல் உங்களையேத்தான்! என்ன...? என்னை உங்களுக்கு நினைவில்லையா? இதோ... என் மூக்குக் கண்ணாடியைக் கழற்றிவிட்டேன். இப்போது பாருங்கள்.”

“இல்லை. என்னை மன்னியுங்கள். எனக்கு உங்களை நினைவில்லை. ஒரு நாளைக்கு எத்தனையோ குடி விரும்பிகள் இங்கே வந்து போகின்றனர். என்னால் அத்தனை பேரின் முகத்தையும் நினைவில் வைத்துக்கொள்ள முடியுமா என்ன?”

“நீங்கள் சொல்வது சரிதான். ஆனால் நேற்றைக்குக் காலையிலும் நான் இங்கே வந்தேன். என் மேசையை அதோ... அந்த நெட்டையான பரிசாரகர்தான் கவனித்தார். என்றாலும்கூட நான் உங்களையும் இரண்டுமுறை அழைத்தேன். நினைவில்லையா உங்களுக்கு?”

“நிச்சயமாக இல்லை. அதுசரி. இப்போது என்னால் உங்களுக்கு ஆகவேண்டியது என்ன? உங்கள் மேசையை நான் கவனிக்கவேண்டும் என்று விரும்புகிறீரா?”

“ம்ம். கவனித்தால் நல்லதுதான். ஆனால் என் முகம் உங்களுக்கு இத்தனை சீக்கிரத்திலேயே மறந்து போகுமென நான் நினைக்கவில்லையே!”

“சரி. உங்களுக்குத் தேவையானதைச் சொல்லுங்கள். நான் கொண்டு வருகிறேன்.”

“ம்ம். இங்கே உங்கள் மது விடுதியில் விசேசமான முறையில் கலக்கித் தருவீர்களே... காக்டெய்ல். அதில் ஒரு ஸ்மால் கொண்டு வாருங்கள். ம்ம்... அப்புறம். இங்கே நான் போனமுறை வந்திருந்தபோது ‘முராட்டி’ சிகரெட் கேட்டேன். இல்லையென்றுவிட்டனர். அது கிடைக்குமா இப்போது?”

“மன்னிக்கவும். நீங்கள் கேட்கக்கூடிய இந்தச் சிகரெட் இங்கே கிடைக்காது. ஐரோப்பிய நாடுகளில் மட்டுமே அது விநியோகிக்கப்படுகிறது. உங்கள் கைவசம் அது இருந்தால் நீங்கள்

இங்கே அதைப் புகைக்கலாம். எங்களது மதுவிடுதி நிர்வாகம் ஆட்சேபம் தெரிவிக்காது. அதற்கு நான் பொறுப்பு.”

“நன்றி பரிசாரகரே. ஆனால் அது தற்போது என்னிடம் இருப்பில்லை. கொண்டு வந்ததையெல்லாம் ஊதித்தள்ளிவிட்டேன். அப்புறம்... இந்த உரையாடல் இதற்கு முன்னர் நடந்தது போன்ற ஓர் உணர்வு உங்களுக்கு ஏற்படவில்லை? இந்நேரம் உங்களது என்ன ஓட்டமானது காலக் கிரமத்தைத் தொட்டுத் திரும்பியிருக்கவேண்டுமே?”

சீருடைப் பாக்கெட்டிற்குள் கைகளை நுழைத்துக்கொண்டு நின்ற ஆல்ஃபிரடோ, ஒரு திருட்டுச் சிரிப்பை மறைக்க முயற்சித்தான்.

மேசையில் ஊன்றியிருந்த வலது கையால் தன் பட்டையான செம்பட்டை மீசையைத் தடவிக்கொண்டபடி, ஆல்ஃபிரடோவை ஏறிட்டுப் பார்த்த கேத்தலோனிய எழுத்தாளர் சொன்னார், “கடந்த முறை உங்களைச் சந்திக்கையில் நாம் இவ்வாறு பேசிக்கொண்டோம் பரிசாரகரே. சரி நான் கேட்டதைக் கொண்டுவாருங்கள். நீங்கள் என்னிடம் நாடகம் போடவில்லை என்பது உண்மையென்றால் இன்றைய பொழுதுக்குள் நான் அவற்றையெல்லாம் உங்களது காலக் கிரமத்திற்குள் புகுந்து வெளிக்கொணர்வேன்.”

“நல்லது. நான் உங்களுக்கானதை எடுத்துக்கொண்டு இதோ... இப்போது வருகிறேன்” என்றுவிட்டு அங்கிருந்து நகர்ந்த ஆல்ஃபிரடோ, இருபதாவது நிமிடத்தில் அந்தக் கேத்தலோனிய எழுத்தாளரின் மேசையின் மீது காக்டெய்ல் நிரம்பிய கிறிஸ்டல் கோப்பையை வைத்துவிட்டு மரியாதை நிமித்தமாக அவருக்குச் சிரித்தவன், மற்றொரு மேசையை நோக்கி நகர்ந்தான்.

அந்தக் கேத்தலோனிய எழுத்தாளர், தன் கோப்பையில் செருகியிருந்த எலுமிச்சை வில்லையைக் கடிகாரத்தின் எதிர் ஓட்ட முறையில் தள்ளிவிட்டு, எடுத்து உறிஞ்சிச் சுவைத்தபடியே அந்தக் கூடத்தின் அத்தனை அசைவுகளையும் அளந்து கொண்டிருந்தார். முப்பது நிமிடம் கழித்து மறுபடியும் ஆல்ஃபிரடோவை அழைத்தார்.

மற்ற மேசைகளுக்கான தேவைகளைச் செய்துமுடித்துவிட்டு வந்தவனிடம், “சுவை மாறாத இதே கலவையில் இன்னொரு ஸ்மால் காக்டெய்ல் கொண்டுவர முடியுமா?” என்றார்.

“ஏன் முடியாது! நிச்சயமாகக் கொண்டுவருகிறேன்” என்றுவிட்டுப் போனவன், மிகவும் குறுகிய நேரத்திற்குள் அவர் கேட்டதைக் கொண்டு வந்தான். அப்போது அவனிடம் கேட்டார். “பரிசாரகரே...

இங்குள்ள மற்ற யாவரைக் காட்டிலும் நான் எந்த விதத்தில் உங்களுக்குக் குறைந்தவனாகத் தெரிகிறேன்?"

"ஏன் அப்படிக் கேட்கிறீர்கள் மதிப்பிற்குரியவரே...? நான் உங்களை என்ன சொல்லி அழைக்கிறேன் என்பதை வைத்தே நீங்கள் தெரிந்து கொள்ளலாமே. உங்கள் கேள்வி எனக்கு வியப்பாக இருக்கிறதே."

"இதுவரையில் என்னை யாரும் சொல்லி அழைத்திராத, மிகவும் நேரடியான மரியாதை வார்த்தையால்தான் அழைக்கிறீர்கள். அதிலொன்றும் எனக்குப் புகாரில்லை. ஆனால் நான் இந்த மதுக்கூடத்திற்கு வந்து ஏறத்தாழ ஒருமணி நேரத்திற்கும் மேலாகிவிட்டது. நீங்கள் வருவதற்கு முன்னர் என் மேசையைக் கவனிக்க இதுவரையில் மூன்று பரிசாரகர்கள் கோரிக்கை கேட்டனர். அவர்களிடமெல்லாம் இன்னும் என் வயிறு குடிப்பதற்கு ஆயத்தப் படவில்லை என்றுவிட்டிருந்தேன். இப்போது உங்களையேதான் நான் கூர்ந்து கவனித்துக்கொண்டிருக்கிறேன். இங்கே இருக்கக்கூடிய அத்தனை மேசையின் முன்பாகவும் அமர்ந்திருக்கக்கூடியவர்களிடம் நீங்கள் எப்படி நடந்துகொள்கிறீர்கள் தெரியுமா? அவர்களை மரியாதையுடன் நடத்துவதாக எண்ணிக்கொண்டு உங்களது உடலை சமரசமின்றி வளைக்கிறீர்கள். ஆனால் என்னிடம் மட்டும் இப்படி நெஞ்சை நிமிர்த்திக்கொண்டு செங்குத்தாகவே நிற்கிறீர்களே? என்னைக் கண்டால் உங்களுக்கு எப்படித் தோன்றுகிறது...?

"சரி. அது போகட்டும். சென்றமுறை நான் இங்கு வந்ததாகச் சொன்னேனில்லையா? அப்போது என் மேசையைக் கவனித்த ஒரு பரிசாரகருடன் எனக்கு வாக்குவாதமாகிவிட்டது. நான் என் நிலையில் உறுதியாக நின்றேன். அவர் அவரது நிலையில் உறுதியாக நின்றார். ஒரு கட்டத்தில் அவர் தன்னை உணர்ந்துகொண்டபோது என்னைப் பார்த்து என்ன சொன்னார் தெரியுமா? அதைச் சொல்கிறேன் இப்போது. 'நான் வேலையில் சேர்ந்திருந்த இந்தப் பதினாறு வருடங்களில் இப்படியான ஒரு ஆள் இங்கே வந்ததில்லை. இதுநாள் வரையிலும் நான் சரியென்று நினைத்ததையெல்லாம் கேள்விக்குள்ளாக்கிய உங்களது வார்த்தையிலிருந்த கோபத்தை நான் இந்தக் குறுகிய நேரத்திற்குள் ஆராய்ந்து பார்த்தேன். உங்களுடனான என் குறுக்கு வாதத்தை நீங்கள் பொருட்படுத்தாதீர்கள்' என்றிருந்தார். அப்படியானால் அவருக்கும் எனக்குமான வாக்குவாதம் என்னவென்று உங்களால் சொல்லமுடியுமா?"

“நிச்சயமாக முடியாது. ஆனால் நீங்கள் தற்போது பேசியதிலிருந்து நான் ஒன்றை கணிக்கிறேன். அதுதானா என்று நீங்கள்தான் உறுதிப்படுத்தவேண்டும்.”

“நீங்கள் மிகச்சரியாகத்தான் கணித்திருப்பீர்கள் என்று நான் உறுதியாக, மிக உறுதியாக நம்புகிறேன். எங்கே... அதைச் சொல்லுங்கள் பார்ப்போம்” என்றபடி கோப்பையை எடுத்து உறிஞ்சிக்கொண்டார்.

“சொல்கிறேன். மேசைக்கு மேசை அந்தப் பரிசாரகன் அவன் உடலை வளைப்பதை நீங்கள் விரும்பியிருக்க மாட்டீர்கள். அது குறித்து அவனிடம் வாக்குவாதம் செய்திருக்கக்கூடும். இறுதியில் நீங்கள் சொன்னதுபோல அவன் தன்னை உணர்ந்திருப்பான். ஓரளவிற்குச் சரியாகச் சொல்லியிருக்கிறேனா?”

கோப்பையை மறுமுறையும் உறிஞ்சிவிட்டு மேசை மீது வைத்தவர், “ஹா... நான்தான் சொன்னேனே... நீங்கள் மிகச்சரியான பதிலைச் சொல்வீர்களென்று.”

“ஆனால் மதிப்பிற்குரியவரே... எனக்கொரு கேள்வி உங்களிடம். அதை நான் கேட்டுத்தான் ஆகவேண்டும்.”

“தாராளமாகக் கேளுங்கள்.”

“நீங்கள் மதுக் கூடத்திற்குச் செல்லும்போதெல்லாம் மனிதர்கள் மரியாதையாக நடத்தப்பட வேண்டுமென்ற நோக்கில் கலகம் செய்யக் கூடியவரா?”

சிகரெட்டைப் பற்றவைத்துப் புகையை மேல் நோக்கி ஊதியவாறு, “மதுக்கூடம் என்றில்லை பரிசாரகரே. பார்க்கும் இடங்களில் வெகு சிலரிடம் மட்டும் நான் மிகவும் மென்மையாக ஆதங்கத்தைக் காட்டுவதுண்டு. என் கருத்தை ஏற்கக்கூடியவர்களிடம் எனக்குப் பிரச்சனை இல்லை. என்றாலும் சிலரிடம் வாக்குவாதம் நிகழ்ந்து போகிறது. இதற்கு நீங்கள் கலகம் என்கிற வார்த்தையைப் போடவேண்டியதில்லை.”

“சரி. உங்களுடன் அன்றைக்கு வாக்குவாதம் செய்த பரிசாரகன் தன் மரியாதையை இழக்கக்கூடாது என்று நீங்கள் நினைத்ததை, ஒரு பரிசாரகனாக நான் பெருமையாகவே நினைக்கிறேன். ஆனால் அவனுக்கு அளிக்கப்பட்டிருக்கும் வேலையில் இதுபோன்ற மரபான காரியங்கள் இருப்பதை நீங்கள் அறிந்திருப்பீர்கள். அப்படியான முறையில் சீர்திருத்தம் கொண்டுவருவதைப் பற்றி நீங்கள் எங்கேயாவது பேசியது உண்டா?”

“உங்களது இந்தக் கருத்து எனக்கு வியப்பளிக்கிறது பரிசாரகரே. ஆனால் எங்களால் அதை எழுத்தால் உணர்த்த முடியும். அது சம்பந்தப் பட்டவர்களுக்கு எட்டாது. வேறு என்ன செய்ய முடிகிறது எங்களால்? சொல்லுங்கள்?”

“ஓ… நீங்கள் எழுதக்கூடியவரா! பரவாயில்லை. எனது கருத்தைக் கண்டு நீங்கள் ஏன் வியப்படைகிறீர்கள் மரியாதைக்குரியவரே?”

“அது ஒன்றுமில்லை பரிசாரகரே. இதை நான் அறிவு ஜீவிகளின் பார்வையென்றே நினைத்திருந்தேன். ஆனால் அது உங்களிடம் வெளிப்பட்டதால்தான் அந்த வியப்பு.”

“அப்படியானால் தாங்கள் என்னை முட்டாளென்று முடிவு செய்து விட்டீர்கள்?”

“அப்படி மட்டையடி அடித்துவிட்டதாக நீங்கள் நினைக்கத் தேவையில்லை. துறைசார்ந்த சிந்தனையென்ற ரீதியில் என் சிற்றறிவிற்குப் பட்டது வார்த்தையாக வெளிவந்துவிட்டது. இந்த வார்த்தைக்காக நான் உங்களிடம் மன்னிப்புக் கோருகிறேன்.”

“எழுதக்கூடிய உங்களுக்கு அது துறை சார்ந்த சிந்தனை என்றால், குறிப்பிட்ட வேலை செய்யக்கூடியவர்களுக்கு அதிலுள்ள நல்லது கெட்டதுகளும், இலாப நட்டங்களும் உங்களைக் காட்டிலும் அவர்களுக்கு நேரடியாகச் சம்பந்தப்பட்டது அல்லவா? சரி பரவாயில்லை. அது போகட்டும். அன்றைக்கு உங்களுடன் வாக்குவாதத்தில் ஈடுபட்ட பரிசாரகன் தன்னை உணர்ந்ததாகச் சொன்னீர்களல்லவா? ஆனால் அன்றைக்கு அவன் ஒன்றைச் சொல்ல நினைத்துச் சொல்லாமல் விட்டதை நீங்கள் ஏன் என்னிடம் மறைத்தீர்கள்? உங்கள் தரப்பை மட்டுமே சொல்லி நியாயப்படுத்திக் கொள்கிறீர்கள் மதிப்பிற்குரியவரே.”

வியப்பான தொனியில் கண்களை அகலமாக விரித்தபடி எச்சிலை விழுங்கிக்கொண்டவர், “என்ன சொல்கிறீர்கள் பரிசாரகரே? அவன் சொல்ல நினைத்துச் சொல்லாமல் விட்டதா? அது எப்படி எனக்குத் தெரிய வந்திருக்கும்? நிச்சயமாக இல்லை. ஓ… ஓ… ஓ… எனக்குப் புரிந்துவிட்டது. நீங்கள் உங்களது நாடகத்தை வெகு நேரத்திற்கு அரங்கேற்ற முடியவில்லை பாருங்கள். ஹ ஹா… அது என்னவென்று நீங்களே சொல்லுங்களேன். அதைச் சரியாகச் சொல்லக்கூடிய ஆள்தானே நீங்கள்?”

“சொல்கிறேன் சொல்கிறேன். கேளுங்கள். நான் வளைந்துகொடுக்கும் அளவை பரிசீலனைக்கு உட்படுத்தினால் எனது குடும்பத் தேவையை நிறைவேற்றிக்கொள்வதில் வறுமை

ஏற்பட்டுவிடும். குறிப்பாக என் மகனது கால்பந்தாட்டப் பயிற்சிக் கட்டணத்தை என்னால் செலுத்த முடியாமல் போகும். நான் தகவமைப்புத் தொழில் செய்து கொண்டிருக்கும் ஆள். அதாவது மனிதனாக வாழ்ந்துகொண்டிருப்பவன். அல்லது எது நிமித்தமாகவோ என்னை வசைபாடக்கூடிய அன்பான என் எதிரிகளின் அல்லது புறக்கணிப்பாளர்களது வார்த்தையிலிருந்து உயிர் பெறக்கூடிய விலங்குகளில் ஏதோ ஒன்றாக வாழ்ந்து கொண்டிருப்பவன். ஆகையால் நான் இனி வளைந்து கொடுப்பதில் சிறிய அளவில் மாற்றம் செய்வதைப் பற்றிச் சிந்திப்பேனே தவிர, என்னால் அது முழுமையாக முடியாத காரியம்."

"ஓ...! பரிசாரகரே. உங்களது மகன் கால்பந்தாட்டக்காரனா? நல்லது நல்லது. ஒவ்வொரு ஐரோப்பியருக்கும், தென்னமெரிக்கருக்கும் கால் பந்தாட்டம் என்பது ஊறிப்போன ஒன்றுதானே. அந்த வகையில் நீங்கள் பெரும் பொறுப்பாளியாக இருக்கிறீர். உங்களுக்குக் குடும்பத் தேவைகள் அதிகம். கடமையைச் செவ்வனே செய்வதற்காகவே நீங்கள் இது போன்ற சிறு சிறு மரியாதைக் குறைவுகளை, அல்லது அவமானங்களைப் பொருட்டாகக் கருதுவதில்லை. அப்படித்தானே...? உங்களுக்கு ஒன்று சொல்லட்டுமா? என் ஐம்பத்தொரு வயதில் உங்களைப் போலப் பொறுப்பான மனிதரை நான் சந்திக்கவில்லை. உங்கள் பெயரென்ன பரிசாரகரே?

"ஆல்ஃபிரடோ என்பதுதான் என் பெயர்."

"இனி நான் உங்களது பெயரைச் சொல்லியே அழைக்கிறேன் மிஸ்டர் ஆல்ஃபிரடோ."

"நிச்சயமாக. நானும் இனி உங்களை எழுத்தாளரென்றே அழைக்க விரும்புகிறேன். இதற்கு நான் உங்களிடம் சம்மதமோ அனுமதியோ வாங்கப் போவதில்லை."

"நிச்சயமாக."

"நன்றி. மிக்க நன்றி. உங்களிடம் ஒன்று. ம்ம்... குடி விருந்திற்கென வரக்கூடியவர்களை உபசரிக்கும் முறையில், பரிசாரகன் தன் தன்மானத்தை இழப்பதாகக் குற்றம் சொல்கிறீர்களே...? அதோ அந்த மேசையைச் சுற்றி அமர்ந்திருக்கக் கூடியவர்கள் அத்தனை பேரும் இந்த சாவ்-பாவ்லோ நகரத்தின் பெருத்த தொழில் செய்யக்கூடிய முதலாளிகள். அவர்களுக்கும் எதிர் மேசையைச் சுற்றியிருப்போரெல்லாம் யார் தெரியுமா? இந்த நகரத்தின் அரசியல் புள்ளிகள். அவர்கள் இங்கே வரும்போதெல்லாம் அத்தனையையும் இழந்து விட்டுத்தான் போவார்கள். இப்போதுதான் அவர்களுக்குள்

மெல்ல வாய்த்தகராறு மூண்டிருக்கிறது. இன்னும் சில நிமிடங்களில் பாருங்கள். அங்கே என்னவெல்லாம் அரங்கேறப்போகிறதென்று. அதோ... நான் சொல்லி வாய் மூடவில்லை... ஆரம்பித்துவிட்டது பாருங்கள். நான் அங்கே போகவேண்டும். சற்றுப் பொறுங்கள் வருகிறேன்.

ஆல்ஃபிரடோ, அந்த மேசையை நெருங்கியதும் ஒரு தரப்பிலுள்ளவன், இன்னொரு தரப்பினரைப் பார்த்துத் தன் கீழுதட்டைக் கடித்துக் கொண்டவாறு எகத்தாளமான தொனியில் தலையாட்டிக்கொண்டே தன் மேசையில் தாளம் போட்டபடி, "ஏய் எடுப்பு. இங்கே வா. உன் நெஞ்சில் தைரியமிருந்தால் என்னைத் தொட்டுப்பார். வா..." என்றான்.

எதிர்த்தரப்பிலுள்ள அத்தனை பேரும் தங்களது நாற்காலியைவிட்டு ஆவேசமாக எழுந்தனர். அதிலொருவன் அத்தனை பேரையும் அமைதிப் படுத்தி உட்கார வைத்துவிட்டு, "ஹே ஹே... யார் யாரைப் பார்த்து எடுப்பென்று சொல்வது? சரிதான் சரிதான். உன் குடும்பப் பெயரைத்தான் சொல்லியிருக்கிறாய் நீ. வீட்டிலுள்ளவர்களுக்கு உன் குரல் கேட்டிருக்காது. நீ உன் மொபைலைப் பயன்படுத்து. அல்லது வீட்டிற்குச் சென்றதும் எடுப்பு, துடுப்பென்றெல்லாம் கத்திக் கூச்சலிடு. ஆனால் பார்த்துக் கத்து. இல்லையென்றால்... ஹ ஹா ஹா..." நக்கலாகச் சிரித்துவிட்டு உட்கார்ந்தான்.

"ப்பூ... சொல்ல வந்ததை விழுங்காமல் சொல்லடா மடையா. இடையில் என்ன ஹ ஹா ஹா வென மானங்கெட்டச் சிரிப்பு உனக்கு? தொடை நடுங்கி நாயே. மக்களின் வரியை ஏப்பம் விடும் நீ எடுப்பில்லாமல் வேறு என்ன? இடைவாரிலே செருகியிருக்கும் என் கத்திக்கு வேலை வைத்துவிடாதே. கண்ட புறம்போக்கு நாயும் என் குடும்பத்தைப் பற்றிப் பேசுகிறது" என்று உடலைக் குலுக்கிக் காட்டினான்.

"ஏய் சப்பை மூஞ்சிக்காரனே நீ அதிகம் பேசுகிறாய். உன் கத்திக் கெல்லாம் பயந்தவன் நானில்லை. நாளைக்கு உன் ஷோரூமைத் திறக்க முடியாது தெரிந்துகொள்" என்று நக்கலாகச் சீட்டியடித்தான்.

ஆல்ஃபிரடோவும், இன்னும் சில பரிசாரகர்களும், மதுவிடுதியின் இதர பணியாட்களும், இரு தரப்பினருக்கும் மத்தியில் நின்று சமாதானப் படுத்திக்கொண்டிருந்தனர். ஆனால் வாய்த்தகராறு முற்றி, பெரும் கலவரத்திற்கான ஒத்திகை அறங்கேரத் துவங்கியது.

ஆல்ஃபிரடோ, கேத்தலோனிய எழுத்தாளரை நோக்கி ஓடினான். "எழுத்தாளரே. நீங்கள் உடனே இங்கிருந்து கிளம்பி விடுங்கள். நிலைமை கட்டுக்கடங்காமல் போய்க்கொண்டிருக்கிறது. காவலர்களுக்குத் தகவல் போய்விட்டது. இன்னும் சில நாட்களுக்கு மதுவிடுதி இயங்குவது சந்தேகம்தான். நாம் இன்னொருமுறை சந்திக்கலாம்."

"நல்லது ஆல்ஃபிரடோ. நான் இன்றைக்கு இரவே ரியோ-டி-ஜெனீரோ புறப்படுகிறேன். இன்னும் நான்கு நாட்களில் அங்கே ஐரோப்பிய, தென்னமெரிக்க நாடுகளின் எழுத்தாளர்கள் சந்திப்பு இருக்கிறது. அதில் கலந்துகொண்டதும், சால்வடார் செல்கிறேன். மூன்று நாட்கள் அங்கே சுற்றிப் பார்த்துவிட்டு மீண்டும் இங்கே வந்துவிட்டுத்தான் என் நாட்டிற்கு விமானம் ஏறவிருக்கிறேன். நாம் மீண்டும் சந்திப்போம்."

14

"ஹேய் ஆல்ஃபிரடோ. நாங்கள்தான் சொன்னோமே உன்னிடம்? பகலில் நன்றாகத் தூங்கி ஓய்வெடுத்துவிட்டு வழக்கம்போல இரவில் வேலைக்குப் போ என்று...? நீ எங்கே கேட்டாய்? இதோ... உடலெல்லாம் உள்காயமாகப் படுத்திருக்கிறாய். யாரோ அடித்துக்கொண்டால் காவல் நிலையத்திற்குத் தகவல் சொல்லிவிட்டு ஒதுங்கி நிற்பதுதானே நல்லது? நீங்கள் எதற்காக விலக்கிவிடப் போனீர்கள்?"

"ஏய்... மீசைக்காரனின் மகளே... என்ன? நீங்கள் சொன்னதைக் கேட்கவில்லை என்பதைக் குத்திக் காட்டுகிறாயா? ஆ... தண்ணீர் கொஞ்சம் சூடு அதிகம் வெரோனிகா. இடது பட்டையில்... இடது பட்டையில். ஆ... அங்கேதான். இதே பதத்தில் அந்த இடத்தைச் சுற்றியே ஒத்தி ஒத்தி எடு. கன்றிப் போயிருக்கிறதா பார். தடிப்பயல். பீர் பாட்டிலின் அடிப்பாகத்தால் ஓங்கி அடித்துவிட்டான். ஆ... இந்தச் சூடு பரவாயில்லை."

"ஆமாம். லேசாகக் கன்றித்தான் போயிருக்கிறது. உனது நண்பர் ரொபினியோவிற்கும், டிகோவிற்கும் முகத்தில் பாட்டில் குத்தியதைப் போல உனக்கும் குத்தியிருந்தால் என்னாவது? டிகோவிற்குப் பார்வை கிடைக்குமா கிடைக்காதா?"

"ஒரு கண் பார்வை அவனுக்குச் சந்தேகம்தான். ஆ... ஒத்தடத்தை அழுத்தாதே."

"இந்த நேரத்தில் அவரைப் போல உனக்கு ஆகியிருந்தால் என்ன ஆகியிருக்கும்? வேலையில்லாத நாட்களில் யாரிடம் நாம் கடன் வாங்க முடியும்?"

"தயவுசெய்து புலம்புவதை நிறுத்து வெரோனிகா. நானென்ன பொறுப்பில்லாமல் குடித்துவிட்டு ரகளை செய்தா இப்படி அடிவாங்கிக் கிடக்கிறேன்? உன் ஒத்தடமும் வேண்டாம் ஒரு மண்ணாங்கட்டியும் வேண்டாம். முதலில் எழுந்திரு. மணி என்ன இப்போது? ஓ... பத்தைத் தாண்டிவிட்டதா! நான் வெளியில் கிளம்பவேண்டும். சம்பவம் நடந்த இடத்தில் இருந்ததற்காக வழக்கில் என்னையும் சாட்சிக்காரனாகச் சேர்த்திருக்கிறார்கள். பதினொரு மணிக்கு காவல் நிலையத்தில் இருக்கவேண்டும். தள்ளு."

"ஏனப்பா... நீ அவசியம் காவல் நிலையம் போய்த்தான் ஆகவேண்டுமா?" ஆல்ஃபிரடோவின் அப்பா கேட்டார். அவரது

கேள்வியை வழிமொழிவது போலத் தலையாட்டியபடி இருவரின் முகத்தையும் மாறி மாறிப் பார்த்துக்கொண்டிருந்த அவனது அம்மா, எதையோ சொல்ல வந்ததைப்போல வாயெடுத்தபோது, ஆல்ஃபிரடோ சொன்னான். "என்னப்பா இது கேள்வி? உங்களுக்குத் தெரியாததா? நேற்றைய ரகளையில் மது விடுதி இன்னும் இருபது நாட்களுக்குத் திறக்க முடியாதபடி பெருத்தச் சேதமடைந்திருக்கிறது. விடுதி ஊழியர்கள் சிகிச்சைக்காக மருத்துவ மனையில் அனுமதிக்கப்பட்டிருக்கின்றனர். இந்தக் காட்சியையெல்லாம் நேற்றைக்கு நீங்கள் பார்த்தீர்கள். சாட்சிக்காரனாக நான் சேர்க்கப்பட்டால் போகவேண்டும் என்பது தெரியாதா உங்களுக்கு?"

"ஆமாம். ஆமாம். சரியப்பா நீ சென்று வா. நான் வேண்டுமானால் உன்னுடன் வருகிறேனே?"

"வேண்டாம் அப்பா. என் உடலுக்கு வேறு ஒன்றும் இல்லை. வலி மாத்திரை எடுத்துக்கொண்டால் சாதாரண ஆளாகத்தான் இருப்பேன். நான் பார்த்துக்கொள்கிறேன்."

"சரியப்பா. ஆனால் நீ சைக்கிளை எடுக்காதே. ஷேர் டாக்ஸியில் சென்றுவா."

"ஆமாம் அப்பா. நானும் அதைத்தான் செய்யப்போகிறேன். என்ன அம்மா? நீங்கள் எதையோ சொல்லவந்து சொல்லவந்து விழுங்கிக் கொண்டிருக்கிறீர்கள்?"

"ஒன்றுமில்லையப்பா. நீ பத்திரமாகச் சென்று வா. அதுதான்."

"சரி அம்மா. எங்கே அம்மா அந்த மீசைக்காரனின் மகள்? வெரோனிகா... என்ன செய்கிறாய் நீ? இன்றைக்கு மட்டும் அந்தச் சட்டையையும் மழைக் கோட்டையும் தொப்பியையும் எடுத்துக்கொடுவேன். ஆமாம்...? ஃபிகோ எங்கே? இன்றைக்குப் பள்ளிக்கூடம் போகப் போவதில்லை என்று சொல்லிக்கொண்டிருந்தானே? எங்கே வெரோனிகா அவன்?"

"இந்தாருங்கள் மழைக்கோட்டும் தொப்பியும். சட்டையை இதோ... எடுத்துத் தருகிறேன். ஃபிகோவைக் கேட்டீர்கள்தானே? நீங்கள் சொன்னது சரிதான். அவன் முடிவெடுத்தது போலப் பள்ளிக்கூடம் போகவில்லைதான். சாப்பிட்டதும் கிக்-சைக்கிளை எடுத்துக்கொண்டு ஜினடினைப் பார்க்கப் போவதாகச் சொல்லிக் கொண்டிருந்தான். அங்கேதான் போயிருப்பான்."

"சரி. அவன் வந்ததும் கொஞ்சம் படிக்கவும் சொல். நான் கிளம்புகிறேன். அப்பா. அம்மா" என்று தலையாட்டிக்கொண்டு புறப்பட்டான்.

15

I

மது விடுதியில் கலவரம் நடந்த நான்காவது நாளிலிருந்து ஆல்ஃபிரடோ அவ்வப்போது செய்யக்கூடிய சுற்றுலா வழிகாட்டி வேலையைத் தேடிப்போனான். அவன் இந்த வேலைக்குச் செல்வதென முடிவெடுத்துவிட்டால், சுற்றுலா பயணிகளின் வருகை அதிகமிருக்கக்கூடிய மெர்காடோ முனிசிபல் கட்டிடத்தைச் சுற்றித்தான் அலைந்து கொண்டிருப்பான். அது சாவ்-பாவ்லோ நகரின் மிகப்பெரிய பல்பொருள் அங்காடியாகும். வாரத்தில் ஏழு நாட்களும் இயங்கக்கூடியது. தற்போது முழுமுற்றிலுமான சுற்றுலாப் பருவத்திற்கான காலநிலை இல்லையென்றாலும் இந்த மூன்று நாட்களில் நாளொன்றுக்கு மது விடுதியில் கிடைக்கக்கூடிய மேசை அன்பளிப்பிற்கு இணையான வருமானம் கிடைத்தது.

இன்றைய நான்காம் நாளின் காலையிலேயே போதிய உறக்கமின்றி எழுந்து கிளம்பிக்கொண்டிருந்தான். அவன் அம்மா தன் வழக்கமான வேலைகளுக்கிடையே, சோர்ந்த அவனது முகத்தைக் கூர்ந்து பார்த்துக் கொண்டிருந்தார்.

வெளியில் சென்ற ஆல்ஃபிரடோ, உள்ளே வந்து, "ஏதாவது சொன்னாயா அம்மா?" என்றான். அவர், "இல்லையே" என்றதும், ஆழ்ந்த யோசனையுடன் தலையாட்டிக்கொண்டே கீழே இறங்கி சைக்கிளை நகர்த்தியபோது இரண்டு மனதாக நின்றுவிட்டு மேலே வீட்டிற்கு ஏறி தன் அம்மாவிடம் மறுபடியும் கேட்டான். "நீ என்னிடம் ஏதோ சொன்னாய் அம்மா. நான் சரியாகக் காதில் வாங்கவில்லை. அல்லது சொல்ல வந்ததை நீ விழுங்கிவிட்டாய். சொல் அம்மா. என்ன அது."

"அட ஒன்றுமில்லையப்பா. பத்திரமாகச் சென்றுவா என்றேன். அதுதான்."

"ஓ... அப்படியா? சரி" என்றுவிட்டுக் கீழே இறங்கினான்.

II

இன்றைக்கு அவன் தன் வழக்கமான இடத்திற்குச் செல்லவில்லை. அதாவது மெர்காடோ முனிசிபல் கட்டிடத்திற்குச் செல்லவில்லை. வெளிநாட்டினர் அதிகம் வந்துபோகக்கூடிய மற்றொரு இடமான கேத்திட்ரல் தேவாலயத்தை நோக்கிப் போனான். அங்கே பிரார்த்தனையை முடித்துவிட்டு வெளியே வந்ததும் சிலரது தேவையைக் கருதி தன்னார்வமாகச் செயல்பட்டு அவற்றை நிறைவேற்றிக்கொடுத்தான். அதைக்கண்ட துருக்கியிலிருந்து வந்திருந்த இளம் தம்பதியினர் சிலர், இவனிடம், சாவ்-பாவ்லோவின் முக்கிய இடங்களைச் சுற்றிக்காட்டச் சொல்லிக்கேட்டனர். அதற்கான ஊதியம் இவன் எதிர்பார்த்ததைக் காட்டிலும் அதிகமென்பதால் உற்சாகத்துடன் ஒப்புக்கொண்டவன், தன் அனுபவத்தைக்கொண்டு ஒரு திட்டத்தை வகுத்துக்கொண்டான்.

அன்றைக்கு முழுவதும் சாவ்-பாவ்லோவின் முக்கிய இடங்களையெல்லாம் சுற்றிக்காட்டினான். மாலை நேரம் நெருங்கியதும் அவனுடனிருந்த அனைவருமே, உங்களது வேலையை நீங்கள் பொறுப்பாகவும் முழு ஈடுபாட்டுடனும் செய்கிறீர்கள். எங்களது இந்த முழு நாளையும் மிகவும் மதிப்பு மிக்கதாக்கியிருக்கிறீர்கள். என்றனர். தனக்கும் இது உற்சாகமான நாளாகவும், நல்ல மனிதர்களைச் சந்தித்த திருப்தியும் இருப்பதாகச் சொன்னான். இறுதியில் அவர்களைக் கால்பந்தாட்ட அருங்காட்சியகத்திற்கு அழைத்துச் சென்றான். அங்கே சுற்றிக் காண்பித்த பிறகு, அவர்கள் தங்களது விடுதிக்கு வாகனம் ஏற்பாடு செய்துதரச் சொல்லிக் கேட்டனர். அதைச் செய்துகொடுத்து அவர்களை அனுப்பியதும் அந்தக் கால்பந்தாட்ட அருங்காட்சியகத்தின் முகப்பிலுள்ள புல் தரையில் அமர்ந்து வானத்தை நோக்கி ஆழ்ந்திருந்தான். அவனது முகம் பல்வேறு உணர்வுகளை வெளிப்படுத்தியது. காற்றில் பறந்த மழைப் புழுதிகள் அந்த உணர்வுகளைக் கலைத்ததும் எழுந்து, முதுகுப் பையிலிருந்த மழைக்கோட்டை எடுத்து உடுத்திக்கொண்டு அங்கிருந்து கிளம்பினான்.

நிறைவேறாத கால்நூற்றாண்டுக் கனவுகளைச் சுமந்தவனைப் போல மிகவும் சோர்வுடன், நெருக்கமான அந்த சாவ்-பாவ்லோவின் பிரதான வீதிக்குள் கலந்தான். சாலையின் இரு புறத்தையும் பார்த்துக்கொண்டே நடந்தவன், மணிக்கட்டைப் புரட்டி நேரத்தைப் பார்த்துவிட்டுப் பிறகு, ஒரு சாலையோர உணவுக்கடையில் ஒதுங்கி,

இரவு உணவை முடித்துக் கொண்டு தன் இருப்பிடம் நோக்கிச்சென்ற ஷேர் டாக்ஸியில் ஏறிக் கொண்டான்.

நாற்பது நிமிட பயணத்தில் தன் குடியிருப்பு வளாகத்தை ஒட்டிய நிறுத்தத்தில் இறங்கியபோது மழை பிடித்துப் பெய்யத் தொடங்கியது. ஓட்டமும் நடையுமாகச் சென்று வீட்டின் கதவைத் தட்டினான். அவனது மனைவி, கதவின் கொண்டியைத் திறந்ததும் தன் அம்மா வழக்கம் போலவே மூச்சுக்கு சிரமப்படுவது குறித்துக் கவலையடைந்தபடி அவரது அறையை எட்டிப் பார்த்தான். ஒரு மூலையிலுள்ள மர நாற்காலியில் அவனது அப்பா ஒரு புத்தகத்தின் இறுதிப் பங்கங்களைப் புரட்டியபடி அதில் தீவிர கவனம் கொண்டிருந்தார். திணறித் திணறி கனைத்து இருமியபடி முதுகைக் காண்பித்துப் படுத்திருந்த தன் அம்மாவிடம், “மருந்து மாத்திரைகள் எடுத்துக்கொண்டாயா அம்மா?” என்றபடி அவரை நெருங்கினான். அவரது கையிலிருந்த இன்ஹேலர் மருந்துகளின்றித் திறந்துகிடந்தது. தொடர்ச்சியாக அவர் மூச்சுக்காகச் சிரமப்பட்டுக்கொண்டிருந்தார். பொறுப்பை மறந்தவன் போன்ற உணர்வுடன் பரபரவெனத் தலையைச் சொறிந்துகொண்டபடி அவரது மருந்துக்காக ஓடினான்.

16

இந்த இருபது நாட்களைக் கடந்தும் மதுவிடுதியின் வெளிக் கட்டுமானங்களில் ஆங்காங்கே சின்னச் சின்ன மராமத்து வேலைகளும், உள்ளே பரவலாக அலங்கார வேலைகளும் நடந்தபடியே இருந்தன. அது வழக்கமாக இயங்கத் தொடங்குவதற்கு இன்னும் பத்து நாட்களோ இருபது நாட்களோகூட ஆகலாமென இருந்தது.

அவ்வாறு மறு திறப்புவிழா காணும் முதல்நாள் வரையிலும், ஆல்ஃபிரடோ ஏதாவதொரு வேலையைச் செய்துதான் ஆகவேண்டும். அவன் சுற்றுலா வழிகாட்டியாகவே தொடர்ந்தான். அந்த வேலையில் இன்றோடு தொடர்ச்சியாக நான்கு நாட்களாகப் போதிய வருமானமில்லையென்பதால், மதியத்திற்குமேல் சாலையோரத் துணிக்கடையொன்றில் பகுதிநேர வேலையை முடித்துவிட்டு வீடு திரும்பிக் கொண்டிருந்தான்.

சிறு தொகையை மிச்சப்படுத்துவதற்காக ஷேர்-டாக்ஸியை மறுத்திருக்க வேண்டாமோ...? என்கிற வகையில் மிகுந்த கால்வலியுடன்,

'நீச்சலறியாதவனைக் கால வெள்ளம்தான் இழுத்துப் போகிறதே...

அவன் நீச்சல் கற்று கரையைப் பிடிக்கையிலே முதலைத்தான் பிடிக்கிறதே...

அவன் முதலைக் கண்ணீர் வடிப்பதாகக் காலம்தான் நினைக்கலாகுமோ...'

என்று சோகமான குரலில் பாடிக்கொண்டே நடந்தான்.

ஒருவழியாக அன்றைக்கு இரவு பன்னிரண்டு மணிக்கு வீட்டிற்குள் நுழைந்தபோது, விழித்துக் கொண்டிருந்த தன் மகனிடம்,

"ஃபிகோ... நீ ஏன் இன்னும் தூங்கவில்லை? இந்த நேரத்தில் கம்ப்யூட்டரில் என்ன பார்த்துக்கொண்டிருக்கிறாய்?"

"அப்பா. சாவ்-பாவ்லோ கழகத்திலிருந்து உன்னுடைய மொபைலுக்கு அழைப்பேதும் வந்ததா அப்பா? இதோபார். எனக்கு மெயில் அனுப்பியிருக்கிறார்கள்."

“எனக்கொன்றும் வந்ததாகத் தெரியவில்லையே ஃபிகோ. இரு பார்க்கிறேன்” பாக்கெட்டிலிருந்த மொபைலை எடுத்துப் பரிசோதித்துவிட்டு,

“அழைப்பேதும் இல்லையே ஃபிகோ” என்றான்.

“அப்பா. நேற்றைக்குக் கிளப்புகளுக்கு இடையிலான ஆட்டத்திற்குத் தகுதிப் போட்டி நடந்தது அல்லவா...? அதில் என் ஆட்டம் குறித்துத் தேர்வுக் குழுவினர் என் பயிற்சியாளரிடம் பெருமையாகச் சொன்னார்களாம். முக்கியமாக நான் ஓடக்கூடிய முறையைக் குறித்துத்தான் நிறையப் பேசினார்களாம். நேற்றைக்கு நான் ஒரு கோல்கூடப் போடவில்லை என்றாலும் நான் தேர்ந்தெடுக்கப் படுவதற்கான வாய்ப்புகள் அதிகமாம் அப்பா.”

“அடடா... ஃபிகோ. நீ என் கவலையையும் சோர்வையும் விரட்டக்கூடிய மகிழ்ச்சியான செய்தியைச் சொல்லியிருக்கிறாய். இதைக் கேட்க உன் பாட்டி இல்லைபார் இப்போது. ப்ச். சரி... மெயிலில் என்ன சொல்லியிருக்கிறார்கள்?”

“அதுதான் அப்பா. எல்லாவற்றிற்கும் நீ கொடுத்த விசேச பயிற்சிதானே காரணம்...? தேர்வுக் குழுவினரிடம் என் பயிற்சியாளர் உன்னைப் பற்றிச் சொல்லியிருக்கிறார். அவர்கள் உன்னைச் சந்திக்க விரும்புவதாகச் சொல்லியிருக்கவேண்டும். நாளை மறுநாள் உன்னை வரச் சொல்லியிருக்கின்றனர். அன்றைக்குத்தான் எங்களது கிளப்பிற்கு அர்ஜென்டினாவிலிருந்தும் சிறப்புப் பயிற்சியாளர்கள் வருகின்றனர். நீ கட்டாயம் வரவேண்டும் அப்பா.”

“கண்டிப்பாக ஃபிகோ. ஆனால் அவர்கள் வரச்சொன்னதற்கான காரணம் நீ சொன்னதுதானா? அல்லது வேறு ஏதாவது...?”

“நிச்சயமாக இதுதான் அப்பா. சென்றமுறை உன்னை வரச்சொன்ன காரணமாக இருக்குமென்று நீ பயப்படாதே.”

“சரி ஃபிகோ. நீ கம்ப்யூட்டரை அணைத்துவிட்டு நேரத்திலே தூங்கு. எங்கே உன் தாத்தா? எங்கே வெரோனிகா அப்பா? ஓ... புத்தகம் படிக்கிறாரா? அவரைத் தொந்தரவு செய்யவேண்டாம். எனக்குச் சோர்வாக இருக்கிறது. நான் தூங்கப்போகிறேன்.”

17

I

சாவ்-பாவ்லோ கால்பந்துக் கழகத்திலிருந்து வரச்சொல்லியிருந்த நாளில், ஆல்ஃபிரடோ கிளம்பிக் கொண்டிருந்தான். மழைக் கோட்டை எடுத்து மாட்டிக்கொண்டிருந்தபோது, சோபாவில் அவன் அம்மா மூட்டிய ஆடையொன்றின் கைத் தையலை தன் விரல்களால் வருடிக்கொடுத்தான். தன் பரபரப்பான வேலைகளுக்கு நடுவே கணவனது செயலைக் கவனித்த வெரோனிகா, மகனிடம், கண்டிப்பும் கனிவுமாக எதையோ சொன்னாள். அது தன் கணவனது கவனத்தைத் திசை திருப்புவதற்கும் பொருந்தக்கூடியதான வார்த்தை.

ஆல்ஃபிரடோ சுதாரித்துக்கொண்டான். சட்டெனக் கண்களைத் துடைத்துக் கொண்டபடி, "ஃபிகோ. நான் தயார். நீ?"

ஷூ நாடாவை முடிந்துகொண்டபடி, "இதோ அப்பா. இன்னும் மூன்று நிமிடங்களுக்குள் தயாராகிவிடுவேன். போகும்போது நாம் ஜினடினைப் பார்த்துவிட்டுப் போகலாமா? அவன் மிகவும் சந்தோசப்படுவான்?"

"நிச்சயமாக ஃபிகோ. நாம் அவ்வாறே செய்யலாம்."

"மிக்க நன்றியப்பா உனக்கு" ஷூ நாடாவை முடிந்துகொண்டதும், கையில் பந்தை எடுத்து விரலில் சுழலவிட்டுக்கொண்டே, "ம்ம்... நான் தயார். போகலாம். நாங்கள் போய்வருகிறோம் அம்மா. பாட்டி நாங்கள்..." என்று வார்த்தையை விழுங்கியவன், தன் அப்பாவின் முகத்தைப் பார்த்துவிட்டுத் தாத்தாவைப் பார்த்தான். சட்டென அவர் இவனைப் பார்த்துவிட்டு மறுபடியும் புத்தகத்திற்குள் புதைந்தார்.

II

ஆல்ஃபிரடோவும், ஃபிகோவும் வரும் வழியில் ஜினடினைப் பார்த்துவிட்டு, சாவ்-பாவ்லோ கால்பந்துக் கழகத்தின் வரவேற்பறையில் விசாரித்துக்கொண்டு, சென்றமுறை பயிற்சியாளர் குழுவினரைச் சந்தித்த அதே மூன்றாவது தளத்தின் அறைக்குள் செல்ல அனுமதி வாங்கிவிட்டு உள்ளே நுழைந்தனர்.

ஆல்ஃபிரடோவைச் சந்திக்க விருப்பம் தெரிவித்திருந்த தேர்வுக் குழுவினரில் ஒருவர் சொன்னார், "உங்கள் மகனுக்கு நடந்த அறுவை சிகிச்சைக் குறித்தும் அதன் பின்னரான அவனது ஆட்டத்தின் தொய்வு நிலை குறித்தும், பிறகு உங்களது பிரத்தியேகப் பயிற்சியினால் அவனது முன்னேற்றம் குறித்தும் நாங்கள் தெரிந்துகொண்டோம். நீங்கள் மிகவும் நுணுக்கமான பயிற்சியைக் கொடுத்திருக்கிறீர்கள். மனித சக்தி காற்றைக் கிழிக்கும் சூத்திரத்தில். மிக அற்புதம்."

தன் மகனுக்கு அளித்த பயிற்சியின் நுணுக்கத்தைத் துல்லியமாக அறிந்துகொண்ட அந்தத் தேர்வுக்குழுவிலுள்ள அதிகாரியை, ஆல்ஃபிரடோ ஆச்சர்யமாகப் பார்த்தான். புருவங்களிலும் கண் இமைகளிலும் வெண்செம்பட்டை நிறத்திலுள்ள அந்த அதிகாரி, மூக்கின் நுனிவரை இறங்கியிருந்த தன் கண்ணாடியைச் சரிசெய்துகொண்டபடி,

"அடிப்படையில் நீங்கள் கால்பந்தாட்டக்காரரா?" என்றார்.

இவன் ஆமாம் என்றதும்,

"நீங்கள் எங்கே பயிற்சி பெற்றீர்கள்?" என்றார்.

ஆல்ஃபிரடோவின் அருகில் அமர்ந்திருந்த ஃபிகோ, தன் அப்பாவின் முகத்தைக் கேள்விகளுடன் உற்றுநோக்கினான்.

இவன் அந்த அதிகாரியிடம், "அடிப்படையில் நான் சாலையோர கால்பந்தாட்டக்காரன். நான் எந்த மையத்திலும் பயிற்சி பெற்றதில்லை."

ஐரோப்பிய, தென்னமெரிக்க அதிகாரிகளைப் பொறுத்தவரையில் ஆல்ஃபிரடோவின் இந்தப் பதில் எந்தவகையிலும் வியப்பிற்குரியது அல்ல. ஆனால் வேதனையுண்டு. இப்படி அபரிமிதமான திறமையுள்ள வீரர்கள், மேலே வரமுடியாததைப் பற்றி அவர்களால் வேதனையடையத்தான் முடிகிறது.

அந்த அதிகாரி கேட்டார். "உள்ளூர் போட்டிகளில் நீங்கள் பங்கேற்றது உண்டா? குறைந்தபட்சம் பள்ளி, கல்லூரிகளுக்கு இடையிலான போட்டியிலாவது?"

"ஆமாம். நான் அப்படி நிறையப் போட்டிகளில் விளையாடி இருக்கிறேன். என் பள்ளியின் சார்பாகத் தேர்ந்தெடுக்கப்படும் முதல் ஆள் நான்தான். நிறையப் பரிசுகள் பதக்கங்கள் வாங்கியிருக்கிறேன்."

"அப்படியானால் உங்களது கல்லூரிப் படிப்பு?"

"இல்லை."

"மிஸ்டர் ஆல்ஃபிரடோ. உங்களது ஆட்டத் திறமையைப் பாராட்டி எந்த அமைப்பும் உங்களைத் தத்தெடுக்கவில்லையா! உங்களை ஊக்குவித்து அடுத்தக் கட்டத்திற்குக் கொண்டுசெல்லவில்லையா? உங்களை யாரும் வழிநடத்தவில்லையா?"

"ஆமாம். என் ஆட்டத்திறனை ஒரு புகழ்பெற்ற காப்பி நிறுவனம் அங்கீகரித்தது. என்னை அடுத்தக் கட்டத்திற்கு நகர்த்தியதுதான். அந்த நிறுவனத்தின் வழிநடத்தலில் நான் பின்னாளில் ஒரு கிளப்புக்காக விளையாடுவதற்குத் தகுதி ஆட்டங்களிலெல்லாம் பங்கேற்றேன். ஆனால் அங்கே மனிதர்களுக்குள் எக்கச்சக்க பாகுபாடுகள். அந்த அரசியலில் என் விளையாட்டு எடுபடவில்லை."

"ப்ச்..." வேதனையாக உதட்டைப் பிதுக்கிக்கொண்டு தலையை ஆட்டிக்கொண்டே, "எங்களைப் பொறுத்தவரையில் நீங்கள் ஒரு தேர்ந்த பயிற்சியாளர். உங்களது திறமைக்கு இப்போதுகூடத் தகுதியான அங்கீகாரம் கிடைக்க வாய்ப்பிருக்கிறது. நீங்கள் கால்பந்தாட்டக் கிளப்புகளுக்குப் பயிற்சியளிக்கக்கூடிய தகுதியுடையவர்தான். ஆனால் அவர்களுக்கு உங்களைத் தேர்ந்தெடுப்பதில் விதிமுறை சிக்கல்கள் இருக்கும். உங்களுக்கு எங்களது ஆலோசனை என்னவென்றால்... நீங்கள் சிறிய அளவில் பயிற்சி மையம் ஒன்றைத் தொடங்கமுடியும். அங்கிருந்து தரமான ஆட்டக்காரர்களை எங்களைப் போன்ற கிளப்புகளுக்கு அனுப்பலாம். தயவுசெய்து நீங்கள் அதைச் செய்வதற்கு முயற்சியுங்கள்."

ஆல்ஃபிரடோ, மேற்கத்திய பாணியில் வாயைக் குவித்துக்கொண்டு சிரித்தவாறே, "நிச்சயமாக... நான் முயற்சிக்கிறேன்" என்றான்.

18

I

புதுப்பொலிவுடன் திறக்கப்பட்டிருந்த மதுவிடுதிக்கு, அன்றைய இரவு வேலைக்கென வந்திருந்த ஆல்ஃபிரடோவின் முகம், தொலைத்த பொருளை அடைந்துவிட்ட உற்சாகத்தில் இருந்தது. நிர்வாகம் அன்றைக்கு அவனுக்கான வேலையைக் குடும்ப அறைப்பக்கம் ஒதுக்கவில்லை. கூட்டம் அதிகமிருக்கும் என்பதால் பொதுவான கூடத்தைக் கவனிக்கச் சொல்லி உத்தரவிட்டிருந்தது. இதுவரையில் இல்லாத உத்வேகத்துடன் மேசைக்கு மேசை தாவிக் கொண்டிருந்தவன், அப்போது உள்ளே நுழைந்த கேத்தலோனிய எழுத்தாளரைக் கண்டு வியந்து நின்றான்.

அந்தப் பார்வையைப் பொருட்படுத்தாத அவர், அவனது தோள் பட்டையில் கைவைத்து அழுத்திக் கொடுத்துவிட்டு, கூடத்தின் கடைசி வரிசையில் காலியாகக் கிடந்த மேசையை நோக்கி நடந்தார்.

ஆல்ஃபிரடோ, ஒரு மேசைக்கெனத் தன் கையில் வைத்திருந்த கோப்பைகளைப் பரிமாறிவிட்டு, கேத்தலோனிய எழுத்தாளரது மேசைக்குச் சென்று, "இனிய மாலை வணக்கம் எழுத்தாளரே... இந்தக் குறுகிய நாட்களில் மறுபடியும் உங்களை இங்கே சந்தித்ததில் எனக்கு வியப்பாகவும், மகிழ்ச்சியாகவும், குழப்பமாகவும் இருக்கிறதே...!"

மென்மையாகச் சிரித்துக்கொண்டபடி, "இனிய மாலை வணக்கம் மிஸ்டர் ஆல்ஃபிரடோ. அன்றைய ரகளைக்குப் பிறகு இன்றைக்குத்தான் மதுவிடுதி திறக்கப்பட்டிருக்கிறது போல?"

"ஆமாம். நீங்கள் எப்படி இருக்கிறீர்கள்? உங்களது சௌகர்யத்தைச் சொல்வதற்கு முன்னர் நீங்கள் அருந்தக்கூடியதைச் சொன்னால் நான் கொண்டுவருவேன்."

"நான் நலம்தான். ஆனால் இதைச் சொல்வதற்கு நீங்கள் எனக்கானதைக் கொண்டுவரும்வரை நான் காத்திருக்க வேண்டுமா? சரி நீங்கள் எனக்கொரு ஸ்மால் காக்டெய்ல் கொண்டுவாருங்கள். கடைசியாக இங்கே அருந்திய அதே சுவை இருக்கும்படி கலந்து கொண்டு வாருங்கள். எனக்கு ஒரு சிகரெட் பெட்டியும் வேண்டும்."

“நல்லது. நான் கொண்டுவருகிறேன்” என்றுவிட்டுப் போனவன், பத்தாவது நிமிடத்தில் அவர் கேட்டதை மேசையில் வைத்துவிட்டு, “என்ன எழுத்தாளரே... இந்த நாளில் நான் உங்களை இங்கே எதிர்பார்க்கவில்லையே! நீங்கள் சொன்ன கணக்குப்படி இந்நேரம் உங்களது நாட்டில் நீங்கள் பழைய ஆளாக இருந்திருக்க வேண்டுமே? உங்களது பதிலைக் கேட்பதற்கு முன்னர் அதோ... அந்த ஆறாவது மேசையைக் கவனித்துவிட்டு வருகிறேன்” என்றுவிட்டு நடந்தவனைக் கூர்மையாகப் பார்த்துக் கொண்டிருந்தார். முதல்முறை மதுவிடுதியில் சந்திக்கையில் அவன் வளைந்ததைக் காட்டிலும் இப்போது மிகவும் பனிவாக மேசைக்கு மேசை வளைந்துகொண்டிருந்தான்.

ஆழ்ந்த யோசனையுடன், மிகவும் நிதானமாகக் கோப்பையை உறிஞ்சியபடியும், விரல்களுக்கிடையில் புகைந்து கொண்டிருந்த சிகரெட்டை இழுத்து ஊதியபடியும் அந்தக் கூடத்தின் அசைவுகளை மேய்ந்து கொண்டிருந்தார். முப்பது நிமிடம் கழித்து வந்தவனிடம், “எனக்கொரு பீர் பாட்டில் கொண்டுவாருங்கள் ஆல்ஃபிரடோ. நீங்கள் வந்ததும் நான் இன்னும் என் நாட்டிற்குத் திரும்பாத கதையைச் சொல்கிறேன்” என்றார்.

“இதோ... கொண்டுவருகிறேன்” என்றுவிட்டுத் திரும்பியவனின் மணிக்கட்டைப் பிடித்தவர், “பீர் பாட்டில் வேண்டாம். எனக்கு மறுபடியும் இதே சுவையில் காக்டெய்ல் கொண்டுவாருங்கள்” என்றார்.

“இதோ கொண்டுவருகிறேன். ஆனால் அதற்கு முன்னர் என் கட்டளையை நீங்கள் ஏற்கவேண்டும்.”

“என்ன அது?”

“என் மணிக்கட்டிலிருக்கும் உங்களது பிடியை முழுமையாகத் தளர்த்தவேண்டும்.”

சட்டெனப் பார்வையைத் தன் பிடிமானத்தின் மீது செலுத்தியபடி தன்னிலைக்குத் திரும்பிய உணர்வுடன், “ஹா ஹா... இதுதான் உங்களது கட்டளையா? வேடிக்கையான ஆள் நீங்கள் ஆல்ஃபிரடோ. நான் ஏற்றேன் உங்களது கட்டளையை.”

மறுபடியும் கோப்பையைக் கொண்டுவந்தவன், “ம்ம்ம். சொல்லுங்கள். எதனால் இன்னும் உங்கள் நாட்டிற்குத் திரும்பவில்லை? நேரம் ஆக ஆக மதுவிடுதிக்கு இன்றைக்குச் சற்றுக் கூட்டம் அதிகம் வரும். ஆகையால் உங்கள் கதையை என்னால்

அத்தியாயம் அத்தியாயமாகத்தான் கேட்க முடியும். ம். நீங்கள் சொல்லுங்கள்."

"நல்லது நல்லது. நான் சொல்கிறேன். என் திட்டப்படி. அதாவது நான் உங்களிடம் சொல்லிவிட்டுப் போயிருந்தபடி என் நிகழ்ச்சிகளையெல்லாம் முடித்துக்கொண்டு சாவ்-பாவ்லோ நகரத்திற்குத் திரும்பிவிட்டேன். நான் எடுத்திருந்த விடுதி அறைக்குத் திரும்பிய அன்றைய இரவில் என் உடமைகளைச் சரிபார்த்தபோது, என் கடவுச்சீட்டை மட்டும் காணவில்லை. அந்த இரவு முழுக்கத் தூங்காமல் நான் என் அத்தனை பைகளையும் திரும்பத் திரும்பக் கொட்டிப் பார்த்து ஆராய்ந்துகொண்டே இருந்தேன். எனக்கு வியர்த்துக்கொட்டிக்கொண்டே இருந்தது. என்ன செய்வதென்ற குழப்பத்திலேயே அன்றைய இரவு முழுக்கக் கழிந்தது."

"இருங்கள் எழுத்தாளரே. எனக்கு அதோ... அந்த மேசையிலிருந்து அழைப்பு."

சிலநிமிடங்களுக்குள் மறுபடியும் வந்தவன், "ம். தொடருங்கள். ஒரு சின்ன அத்தியாயமாகச் சொல்லி முடியுங்கள். மறுபடியும் என்னை யாராவது அழைக்கத்தான் செய்வார்கள்."

"நான் உங்கள் வேலையைக் கெடுக்கிறேன் ஆல்ஃபிரடோ."

"நிச்சயமாக இல்லை. நீங்கள் சொல்லுங்கள்."

"சரி சொல்கிறேன். ஆனால் இந்தக் கதையைக் கேட்டு நீங்கள் என்ன செய்யப் போகிறீர்கள்?"

"என்னால் ஏதாவது உதவமுடியுமா என்று பார்ப்பேன்."

"நீங்கள் சொல்வதும் சரிதான். நான் சொல்கிறேன். மறுநாள் காலையில் இந்த விசயத்தை ரகசியமாக நான் தங்கியிருந்த விடுதியின் மேலாளருக்குத் தெரிவித்தேன். அவர் எனக்கு உதவுவதாகச் சொல்லிவிட்டு என் பயணங்களையெல்லாம் விசாரித்தார். நான் சாவ்-பாவ்லோ நகரத்திற்குள்தான் அதைத் தவறவிட்டிருக்க முடியும் என்கிற தீர்மானத்திற்கு வந்ததும், முதலில் நான் விமான நிலையத்திலிருந்து விடுதிக்கு வந்துசேர்ந்த டாக்ஸி நிறுவனத்திற்குத் தொடர்புகொண்டு கேட்டார். அதில் பயனில்லை. பிறகு, அவரது தீர்மானத்தை என்னிடம் சொன்னார். அதாவது, விமான நிலைய வளாகத்திலிருந்து டாக்ஸியைப் பிடிப்பதற்கான இடைப்பட்ட தூரத்தில்தான் நான் தவறவிட்டிருக்க வேண்டுமென்றார். எனக்கும் அப்படித்தான் தோன்றியது. சட்டென விமான நிலையத்திற்குத் தொடர்பு கொண்டு கேட்டார். பலனில்லை. பிறகு, நாம் காவல்நிலையத்தில்

புகாரளிப்பதுதான் நல்ல யோசனை என்றார். அதுபடி நாங்கள் அன்றைக்குக் காலையிலேயே காவல்நிலையத்திலும் எம்பஸியிலும் புகாரளித்தோம். விரைவில் மீட்டுத் தருவதாகச் சொல்லியிருக்கின்றனர். ஆனால் எனக்கு இதுவரையில் நல்ல செய்தி எதுவும் வரவில்லை. சமீபத்தில் நான் எழுதிக் கொடுத்துவிட்டு வந்த நாவலின் மெய்ப்புத் திருத்தும் வேலையைத் தொடங்கச்சொல்லி என் பதிப்பாளர் எனக்கு மெயில் அனுப்பியிருக்கிறார். அந்த நாவலை வெளியிடுவதற்கென அவர் கொடுத்த முன் பணத்தில்தான் நான் ஊர் சுற்றிமுடித்துவிட்டு இப்படி மாட்டிக்கொண்டிருக்கிறேன்.''

“ஓ... அப்படியா. விரைவில் நீங்கள் நாடு திரும்புவீர்கள். கவலை வேண்டாம். இருங்கள் நான் மறுபடியும் உங்களிடம் வருகிறேன்.''

II

நள்ளிரவைத் தாண்டியிருந்தபோது, கேத்தலோனிய எழுத்தாளரின் இருக்கையை நோக்கித் தள்ளாடியபடி வந்த ஒருவர், தன் கையில் இரண்டாக மடித்து வைத்திருந்த மேல்கோட்டைப் பிரித்து எதையோ ஆராய்ந்தபடியே, இவரது இருக்கையை ஒட்டி நின்றுகொண்டு, மதுக்கோப்பை இருந்த மேசைப் பக்கமாகத் திரும்பினார்.

இவரோ, விரல்களால் கண்களை மூடிக்கொண்டபடி தலையைத் தொங்கப் போட்டிருந்தார். பிறகு, சுதாரித்துக்கொண்டபடி நிமிர்ந்தார்.

நிதானமற்ற அந்த ஆள், மேசையிலிருந்த இவரது மதுக் கோப்பைக்குள் விரலைவிட்டுத் துழாவிக்கொண்டிருந்தார். அவரது செயலைக்கண்டு திடுக்கிட்ட இவர், “ஏய்... மிஸ்டர். என்ன செய்து கொண்டிருக்கிறீர்கள்?''

கண்கள் சொக்கிய நிலையிலிருந்த அவர், இவரைப் பார்த்து, வாயைக் கோணிய குறுஞ்சிரிப்புடன், “ஹா... என் கோட்டுப் பொத்தானைத் தேடுகிறேன்'' என்று எகத்தாளமாகச் சொன்னார்.

“கோட்டுப் பொத்தானா? என்ன மிஸ்டர் சொல்கிறீர்? முதலில் மதுக் கோப்பைக்குள்ளிருந்து விரலை எடுங்கள். நல்லா தேடுகிறீர் உம் கோட்டுப் பொத்தானை? இதை நான் இனி குடிக்கவா முடியும்?''

“இருங்கள் மிஸ்டர். என் கோட்டுப் பொத்தான் உங்களது மதுக் குவளையின் அடியில் காக்கா நீச்சல் அடித்து வேடிக்கை காட்டுகிறது. அதை நான் எடுக்காமல் விடமாட்டேன்.''

“உங்களுக்குக் கொஞ்சமாவது நாகரீகம் தெரிகிறதா மிஸ்டர்?”

“ஹா... யாரிடம் மிஸ்டர் நாகரீகத்தைப் பற்றிப் பேசுகிறீர்கள்?”

“உங்களிடம்தான். வேறு யாரிடம் நான் பேச இருக்கிறது இப்போது?”

“உங்களுக்கு எந்த வகையில் நான் நாகரீகமற்றவனாகத் தெரிகிறேன் மிஸ்டர்? சொன்னால் நான் திருத்திக்கொள்வேன் பாருங்கள்?”

“என் அனுமதியின்றி என் பொருளைத் தொட்டீர்களே...?”

“ஓ... நீங்கள் மதுக் கோப்பையைச் சொல்கிறீர்களா? அதில் என் பொருளும் இருக்கிறதே?”

“உங்கள் கோட்டுப் பொத்தானைப் போட்டு விளையாடுவதைப் பார்ப்பதற்குத்தான் நான் இங்கு வந்து என் செலவில் இந்த விலையுயர்ந்த மதுவை வாங்கி வைத்திருக்கிறேனா?”

“ஓ... மிஸ்டர். அது வேண்டுமானால் என் தவறாக இருக்கலாம். அதற்கு ஈடாக நான் என் செலவில் உங்களுக்கு ஒரு லார்ஜ் காக்டெய்ல் சொல்கிறேனே? ஹலோ... பேரர். இங்கே வா.”

“போதும் நிறுத்துங்கள் மிஸ்டர். உங்களது செலவில் குடிக்கத்தான் என் பதிப்பாளர் எனக்கு அட்வான்ஸ் ராயல்டி கொடுத்து, விமானம் ஏற்றி அனுப்பினாரா? பெரிதாகப் பேச வந்துவிட்டீர்.”

“ஓ... ஓ... ஓ... மிஸ்டர். உங்களது வார்த்தையை வைத்துப் பார்த்தால் நீங்கள் வெளிநாட்டிலிருந்து வந்திருக்கும் எழுத்தாளர் போலவே? சரிதான்... எழுத்தாளரே... அப்படி நான் உங்களை அழைக்கலாம் இல்லையா? அழைக்கலாம்தான். உலக நிகழ்வுகளை அடுத்தடுத்த தலைமுறைகளுக்கு அறிமுகப்படுத்தும் அற்புத வேலை செய்யக்கூடியவரை அவரது வேலை சார்ந்த பெயரைச் சொல்லி அழைப்பது மேன்மையானதுதான். சரி எழுத்தாளரே... தாங்கள் எந்த மொழியை எழுதக்கூடியவரென்று நான் தெரிந்துகொள்ளலாமா? குறைந்தபட்சம் நீங்கள் எழுதிய நூல்களைப் பட்டியலிட்டால்கூடபோதும். நான் உங்களைத் தெரிந்துகொள்வேன்.”

பக்கத்து மேசையிலிருந்த ஒரு இளவயதுக்காரன் கத்தினான். “ஹலோ... சார். நான் சொல்கிறேன். ‘பேஸிக் ஆஃப் ட்ரூத்’ நாவலின் ஆசிரியர் இவர்தான். நல்ல நாவல்தான் ,அது. ஆனால் அதிலிருக்கும் சிறிய ஓட்டையை அவர் கவனிக்காமல் விட்டுவிட்டார்.”

"ஓ... நீங்கள்தான் அந்த 'பால் பீட்டர்சென்-னா? வணக்கம் மிஸ்டர். 'பேஸிக் ஆஃப் ட்ரூத்' நாவலை நான் வாசித்திருக்கிறேன். என்னளவில் அது பரவாயில்லை ரகம்தான். ஆனாலும் புதிதான ஒரு களத்தில் நாவல் இயங்குகிறது. அதற்காக உங்களுக்கு என் வாழ்த்துகள். ஆனால் அதில் நீங்கள் பக்கம் 214-இல் சிறிய தவறு செய்திருக்கிறீர்கள். என்றுவிட்டு பக்கத்து மேசையிலிருந்த இளவயதுக்காரனிடம் கேட்டார். "என்ன மிஸ்டர் வாசகரே...? அவர் கோட்டைவிட்ட இடத்தை நான் சரியாகத்தான் சுட்டிக் காட்டுகிறேனா?"

அவன் தன் தட்டிலிருந்த மாமிசத் துண்டை கடைவாயில் அதக்கி மென்றுகொண்டபடி, "சரிதான் சரிதான் எழுத்தாளரே..." என்றான்.

கேத்தலோனிய எழுத்தாளர் அவரை வியப்புடன் பார்த்தபடி, "ஓ... நீங்களும் எழுத்தாளர்தானா? உங்கள் பெயர்?"

"உங்களைப் போலப் பெயர் சொல்லும் அளவிற்கு நான் பெரிதாக எதையும் எழுதிவிடவில்லை மிஸ்டர். ஹா... என் கோட்டுப் பொத்தான் கிடைத்துவிட்டது" கட்டை விரலுக்கும் ஆட்காட்டி விரலுக்கும் இடையிலுள்ளதைப் புரட்டிப் புரட்டிக் காண்பித்துக் கொண்டிருந்தார்.

அதைக்கண்ட கேத்தலோனிய எழுத்தாளர், கோபாவேசமான முகத்துடன், தணிந்த குரலில், "உளவுத்துறையினரையெல்லாம் நியமித்து நீங்கள் கண்டுபிடித்திருக்கும் குறை என் புத்தகத்தில் இல்லை என்று நான் மறுப்பதற்கில்லைதான். மெய்ப்புச் சரி பார்த்தலில் நான் கவனிக்காமல் விட்டிருக்கிறேன். நீங்கள் குறிப்பிடக்கூடிய அந்தப் பக்கத்தின் மூன்றாவது பத்தியின் இரண்டாவது வரியில், 'நேற்றைய இரவில்' என்கிற வார்த்தையை 'ஒரே இரவில்' என்று மாற்றினால் வேலை முடிந்தது. குறைகளில்லாத புத்தகமென்று ஒன்று உண்டாயென்ன? இதைப் பெரிய மூட்டையாகக் கட்டிக்கொண்டுவந்து இந்த மதுவிடுதியில் அவிழ்த்து விடுகிறீர்கள்? நல்லவேளையாக நீங்கள் எழுதிய புத்தகம் என் கையில் இதுவரையில் கிடைக்கவில்லை. அப்படிக் கிடைத்து அதை நான் வாசிக்க நேர்ந்திருந்தால் இங்கே எத்தனை மூட்டைகளை அவிழ்க்கவேண்டியிருந்திருக்குமோ?"

"நானெங்கே அவிழ்த்தேன் எழுத்தாளரே...? அதோ... உங்களுடைய வாசகர்தான் அவிழ்த்தார். அவர் சொல்லாமல் உங்களையே நான் தெரிந்து கொண்டிருக்க முடியாதுதானே? ஹூம். ஆறு நாவல்கள் எழுதிய உங்களிடம் பக்குவம் இல்லாததைக்கண்டு நான் மிகவும் வேதனைப்படுகிறேன் எழுத்தாளரே. உங்கள் எழுத்தில் இருக்கும்

குறைகள் சுட்டிக்காட்டப்பட்டால் முதலில் நீங்கள் அதை உணர்ந்து அடுத்தடுத்த புத்தகங்களில் அக்குறைகள் இல்லாமல் வருவதற்கு முயற்சியுங்கள். அதைவிடுத்து இப்படி வாதம் செய்யாதீர்கள். கெட்டப்பெயரும் இழப்பும் உங்களுக்குத்தான். அப்புறம் அடுத்த நாவலில் ஒரு பதிப்புகூட முழுமையாக விற்காது. பிறகெப்படி நீங்கள் பதிப்பாளரது பணத்தில் ஊர்சுற்ற முடியும்?"

"வேண்டாம் எழுத்தாளரே... எச்சரிக்கை. நீங்கள் எல்லைமீறி பேசுகிறீர்கள்."

"எல்லைமீறி பேசுகிறேனா? நானா? ஹா... நீங்கள்தான் எல்லை மீறினீர்கள். உங்கள் வாசகர்தான் உங்கள் நாவலிலுள்ள ஓட்டையைச் சுட்டிக்காட்டினார். அவரை விட்டுவிட்டு என்னிடம் பாய்கிறீர்களே?"

"நீங்களும் அவனுடன் ஒத்தூதுகிறீர்கள்தானே...?"

"ப்பூ... இவ்வளவுதானா உங்களது தரம்? நான்வேறு உங்களை எழுத்தாளரே என்று மரியாதையுடன் அழைத்தேன் பாருங்கள்? உங்களது நாவலின் வாசிப்பு அனுபவத்தை அவர் சொன்னார். நான் வாசித்தவரையில் என் அனுபவத்தைக் கொட்டினேன். அதில் உண்மை இருப்பதை நீங்களும் ஆமோதித்தீர்கள்தானே? புத்தகத்தை எழுதக்கூடியவருக்கு அது பொதுவெளியில் வந்துவிட்டால் விமர்சிக்கப்படும் என்பதுகூடவா தெரியாது?"

"அடேய்... வளர்ந்துவரும் உள்ளூர் எழுத்தாளனே... நீ ரொம்பத்தான் பேசுகிறாய். முதலில் நான் பக்குவமாக இருக்கவேண்டியது பற்றிப் பேசினாய். பிறகு, என் தரம் பற்றிப் பேசுகிறாய். உன் பல்லை உடைப்பேன் பார்த்துக்கொள்."

"அடேய்... வளர்ந்துகெட்ட வெளிநாட்டு எழுத்தாளனே... உன்னை இத்தோடு விட்டேன் என்று நினைத்துக்கொள்."

"என்னை உன்னால் என்ன செய்யமுடியும்? எங்கே செய் பார்க்கலாம்?" கேத்தலோனிய எழுத்தாளர் தன் நாற்காலியைப் பின்னால் நகர்த்தியவாறு எழுந்தார்.

"அட பின்நவீனத்துவப் புலியே... முதலில் நீ அமைதியாக உன் நாற்காலியில் உட்கார். இப்போது அந்த அறைக்குள்ளே இருக்கும் என் வாசகரை அழைத்தால் உன் நாவலை இன்னும் கிழிகிழியெனக் கிழித்துவிடுவார் பார்த்துக்கொள்."

"ஏன்... அவருக்குப் படிக்கத் தெரியாதா? கிழிக்கத்தான் வருமோ? எங்கே கூப்பிடு பார்க்கலாம்."

“விதி யாரை விட்டது? இரு அவரை அழைத்துக்கொண்டு வருகிறேன்” என்று தள்ளாடியபடி தனியறையின் கண்ணாடிக் கதவைத் தள்ளிக்கொண்டு உள்ளே நுழைந்தவன், கண்களை மூடி மூடித் திறந்துவிட்டு நான்காவது வரிசையின் மத்தியிலுள்ள தன் மேசைக்கு நடந்து அங்கே அமர்ந்தான்.

‘என்னை எப்போது உன்னுடன் அழைத்துக்கொள்ளப் போகிறாய் ஃப்ளாவியா? நீ இல்லாத நாட்களை என்னால் கடக்க முடியவில்லை ஃப்ளாவியா. என் சிறை நாட்களுக்குப் பிறகு ஒன்றைச் சொன்னாயே ஃப்ளாவியா... அதுபோல் என்னால் எப்படி இருக்கமுடியும் ஃப்ளாவியா? நீ இல்லாமலாகிவிட்டபோது நான் எப்படி ஃப்ளாவியா புத்தகத்தைக் கட்டிக்கொண்டு குடும்பம் நடத்துவேன்? அதுவும் இப்போது இலட்சியத்திற்கோ வறுமைக்கோ இரையாகி விட்டது ஃப்ளாவியா. உன் கிண்டலான வார்த்தைக்கு என்னை இப்படி அழவைத்துக் கொண்டிருக்கிறாயே ஃப்ளாவியா... சீக்கிரம் உன்னிடம் என்னைக் கூட்டிக்கொள் என் தங்கமே... அட தங்கமே... கூட்டிக்கொள் தங்கமே...’

அவனுக்கு எதிரேயிருந்த அந்த மேசையின் மீது கைகளை மடக்கிக் கட்டியபடி அதில் தலையைக் கவிழ்த்துக் கிடந்த முதியவர், வெளியில் கேட்காதவகையில் புலம்பிக் கொண்டிருந்தார். அவரது உணர்வுகளுக்கு மதிப்பளிக்கும் வகையில் அவர் இயல்புக்கு திரும்பும்வரைக் காத்திருந்தான். மூக்கை உறிஞ்சியபடி கைத்துணியால் துடைத்துக்கொண்டு அவர் தலையை நிமிர்த்தியபோது எதிரே உட்கார்ந்திருந்த இவனைப் பார்த்துச் சிரித்தார். அவனும் சிரித்துக்கொண்டான். இருவரும் ஐந்து நிமிடங்கள் வரை எதுவும் பேசிக்கொள்ளாமலேயே உட்கார்ந்திருந்தனர். பிறகு, அந்த முதியவர், “நீண்ட நாளைய உங்களது கோரிக்கையை நிறைவேற்றிய திருப்தியில் இருக்கிறேன் எழுத்தாளரே. அதோடுபோக இன்றைக்கு என் மனச் சுமைகளையும் இறக்கிவைத்த நிறைவும் இருக்கிறது. இந்த வாய்ப்பைக் கொடுத்த உங்களுக்கு மிக்க நன்றி.”

“முதியவரே... நான் உங்களுக்கு நல்லதொரு விருந்து கொடுக்க வேண்டுமென்று வெகுநாட்களாக அழைத்துக்கொண்டே இருந்தேன். அது இன்றைக்கு நிறைவேறியிருக்கிறது. இதற்கு எதற்கு நன்றியெல்லாம்? சொல்லப்போனால் நான்தான் உங்களுக்கு நன்றி சொல்லவேண்டும். வார ஏட்டில் பிரசுரமான என் தொடருக்கு நீங்கள் வாராவாரம் கருத்தும் விமர்சனமும் அனுப்பியிருக்காவிட்டால் நான் ஒரே இடத்திலேயே தங்கியிருப்பேன். ஒரு வாசகராக நீங்கள் என்னைச் சிறந்த முறையில்

வழி நடத்தியிருக்கிறீர்கள். நீங்கள் எனக்கனுப்பிய மின்னஞ்சல் ஒவ்வொன்றும் மதிப்புமிக்க விமர்சனங்கள். பிற்காலத்தில் நான் போற்றத்தக்க எழுத்தாளராகப் பரிமளித்தேன் என்றால் அதற்கு நூறு சதவிகிதம் நீங்கள் காரணமாக இருப்பீர்கள். தயவுசெய்து இதை நான் குடிபோதையில் உளறுவதாகக் கருதவேண்டாம்.''

''நிச்சயமாக நான் அப்படிக் கருதமாட்டேன். நீங்கள் இட்டுக்கட்டி எதையும் பேசியிருந்தால்தானே அப்படி நினைக்கமுடியும்? அதுசரி. நீங்கள் ஃபோனில் பேசிவிட்டு வருவதாகப் போனீர்களே... வந்து வெகுநேரமாகி விட்டதாயென்ன?''

''நான் வந்து முப்பது நிமிடங்களுக்கும் மேலாகிவிட்டது முதியவரே'' என்றுவிட்டுத் தலையில் கைவைத்தபடி, ''அடச்சை... நான் மறந்தே போனேன் பாருங்கள். நீங்கள் என்னுடன் சற்று வெளிக்கூடம் வரையில் வர முடியுமா? வந்துதான் ஆகவேண்டும். ஒரு வெளிநாட்டு எழுத்தாளன் என்னைச் சீண்டிவிட்டான். நீங்கள்தான் அவனை உண்டில்லையெனப் பண்ணவேண்டும்.''

மூக்குக் கண்ணாடியை அணிந்துகொண்டபடி அந்த முதியவர், ''வெளிநாட்டு எழுத்தாளரா? யாரவர்?''

இவர் அவரது பெயரைச் சொன்னதும், ''ஓ...! அவரா? பிரபலமான எழுத்தாளராயிற்றே. வெளியில் வரலாம்தான். ஆனால் அங்கே என் மகன் இருக்கிறானே? சரி சமாளித்துக்கொள்ளலாம் என்றாலும் நீங்கள் சொன்ன விவகாரத்தில் என்னால் மூக்கை நுழைக்க முடியாது. நான் அந்த வயதையெல்லாம் கடந்துவிட்டேன்தானே?''

''இல்லை முதியவரே. இது அடிதடி விவகாரமில்லை. கருத்து ரீதியானது. அவர் சமீபத்தில் எழுதிய 'பேஸிக் ஆஃப் ட்ரூத்' நாவலை நீங்கள் வாசித்திருப்பீர்களே? அதுகுறித்து நீங்கள் அவரை நேரடியாக விமர்சிக்க வேண்டும். மிகவும் தலைக்கணமாகப் பேசுகிறான் அவன். உங்களது மகனிடம் நான் பேசிக்கொள்கிறேன். இங்கு நீங்கள் வந்ததைப் பற்றி அவர் ஒன்றும் சொல்லமாட்டார். என்னுடன் நீங்கள் வரத்தான் வேண்டும்.''

எதையோ ஆழமாக யோசித்தபடி இருந்த அந்த முதியவர், ''சரி. நாம் போகலாம்'' என்று எழுந்தார்.

இருவரும் மதுவிடுதியின் பொதுக் கூடத்தை நோக்கி நடந்தனர்.

''வணக்கம் மிஸ்டர் பீட்டர்சென். உங்களை இங்கே சந்தித்ததில் மிக்க மகிழ்ச்சி.''

“வணக்கம் முதியவரே. வாருங்கள். இதோ... இப்படி இந்த நாற்காலியில் அமருங்கள். உள்ளூர் எழுத்தாளரே... நீங்களும் அப்படி எதிர் இருக்கையில் அமரலாமே?” என்றுவிட்டுத் தனக்கருகில் அமர்ந்த முதியவரைப் பார்த்து, “ம்ம்ம்... இந்த எழுத்தாளர் அவரது வாசகரென்று கூறியது உங்களைத்தானா முதியவரே?”

“ஆமாம். அது நான்தான்.”

“நல்லது. நீங்கள் ஏதோ என் நாவலைப் பற்றிக் கிழி கிழியெனக் கிழிப்பீர்கள் என்றாரே... எங்கே அதைச் செய்துகாட்டுங்கள் பார்ப்போம்.”

“மிஸ்டர் பீட்டர்சென். முதலில் உங்கள் கோப்பையிலுள்ள மதுவை நீங்கள் குடித்து முடியுங்கள். பிறகு நாம் பேசலாம்.”

“முடியாது முதியவரே. அது குடிப்பதற்கான தரத்தை இழந்துவிட்டது. அதாவது இப்பொழுது அதற்குள் சாக்கடை கலந்துவிட்டது.”

“ஏய்... வெளிநாட்டு எழுத்தாளனே. வார்த்தைகளைக் கவனமாகப் பயன்படுத்து. இல்லையென்றால் உன் வாயை உடைப்பேன்” தன் இருக்கையை விட்டு எழுந்தான்.

முதியவர், இருவருக்கும் இடையில் கைகளை அகலமாக விரித்துச் சமாதானப்படுத்தி உட்காரவைத்தார். பிறகு, கேத்தலோனிய எழுத்தாளரிடம், “நான் உங்களுக்குள்ளான விருப்பு வெறுப்பு விவகாரத்திற்குள் நுழைந்து பேச வரவில்லை இங்கே. உங்களைச் சந்திக்கக் கிடைத்த இந்த அறிய வாய்ப்பைத் தவறவிடக்கூடாதென்றுதான் வந்தேன். நான் உங்களது ஆறு நாவல்களையும் வாசித்திருக்கிறேன். மிக அற்புதமான எழுத்துநடையைக் கைக்கொண்டுள்ளீர். ஆனால் நீங்கள் கதை சொல்லக்கூடிய உத்தி வேறுவேறு மாதிரியாக இல்லை என்பதைக் குறையாக நான் கருதுகிறேன். ஆனால் ‘பேஸிக் ஆஃப் ட்ரூத்’ நாவலில் சற்றுப் புதுமையாக முயன்று பார்த்திருக்கிறீர்கள். அது உங்களுக்கு ஓரளவு கைகூடியும் இருக்கிறது. அந்த நாவல் குறித்த எனது விரிவான பார்வையை நான் உங்களுக்கு மின்னஞ்சல் செய்திருந்தேனே? நீங்கள் அதைப் படித்தீர்களா? ‘மார்செலோ’ என்கிற பெயரில் அனுப்பியிருப்பேன். நீங்கள் அதை வாசித்திருக்கக்கூடும். மேற்கொண்டு வேறு எந்த விவகாரத்தையும் இங்கே நாம் பேசவேண்டியதில்லை.”

"ஓ... அந்த மார்செலோ நீங்கள்தானா? அந்த மெயிலை நான் வாசித்தேன். மிகச்சிறப்பான பார்வை. ஒரு தேர்ந்த வாசகரால்தான் இப்படியொரு பார்வையை முன்வைக்க முடியும்."

இருவரது உரையாடலையும் கேட்டுக்கொண்டிருந்த உள்ளூர் எழுத்தாளர், "அட என்ன முதியவரே நீங்கள்? நான் இங்கே எதற்காக உங்களை அழைத்து வந்தேனோ அதைத் தவிர அத்தனையையும் பேசிக் கொண்டிருக்கிறீர்களே?"

அந்த முதியவர், தன் நிதானமான பார்வையினால் இருவரையும் அளந்து பார்த்துவிட்டு, "இதோ பாருங்கள் எழுத்தாளர்களே... உங்களுக்கிடையே நான் வக்கீலாகவோ, நீதிபதியாகவோ இருக்க விரும்பவில்லை. நாகரீகத்தின் எதிரிகளாகக் கருதிக்கொண்டுள்ள நீங்கள் உங்களது ஆக்கம் குறித்த கருத்து மோதல்களை வேறொரு இடத்தில் வைத்துக்கொள்ள வேண்டும் என்பதுதான் என் யோசனை" என்றார்.

எழுத்தாளர்கள் இருவரும் எதையோ ஆழ்ந்து யோசித்துக் கொண்டிருந்தனர். அப்போது அந்த மேசைக்கு வந்த ஆல்ஃபிரடோ, அந்த முதியவரைப் பார்த்து அதிர்ச்சியில் நின்றான். அவரோ, தன் நாற்காலியில் வளைந்து நெளிந்துகொண்டிருந்தார். அவரது தோள் பட்டையில் கைவைத்த ஆல்ஃபிரடோ, "என்ன அப்பா நீங்கள் இங்கே வந்திருக்கிறீர்கள்?"

19

I

ஃபிகோவின் ஓட்டத்தில் இருந்த வேகக் குறைபாட்டினை அவனது அப்பா சொல்லிக்கொடுத்திருந்த உத்தியினாலும், பயிற்சியினாலும் அவனது தீவிர ஈடுபாட்டுடனான முயற்சியுடனும் சரிசெய்து கொண்டிருந்தான். ஆக... அவனுக்கு இருந்துவந்த நெருக்கடி தற்போது இல்லை. என்றாலும்கூடக் கிளப்புகளுக்கிடையில் நடைபெறவிருக்கும் போட்டிக்கான தகுதிச் சுற்றில் தேர்வு செய்யப்பட்ட அறிவிப்பு வந்ததிலிருந்து அவன் தன் பயிற்சியில் அதீத முனைப்புக் காட்டினான். அது மைதானம் என்றில்லை. நடந்தால்... உட்கார்ந்தால்... குனிந்தாலென அத்தனை அசைவுகளையும் கோலாக மாற்றிக்கொண்டே இருந்தான். இரவு நேரங்களில்கூடத் தூக்கத்திலிருந்து எழுந்து தனது அறைக்குள்ளேயே பொருட்களுக்குச் சேதமின்றித் தான் நினைத்தபடியெல்லாம் பந்தை உதைத்துப் பார்த்துக் கொண்டிருந்தான். ஆனால் பை-சைக்கிள் ஷாட்டை அவனால் அந்தச் சிறிய அறைக்குள் உதைக்க முடியவில்லை. அந்த ஷாட் அவனுக்கு லாவகமாக வரக்கூடியது தான் என்றாலும், ஜினடினின் வீடியோவில் இருக்கக்கூடிய அவன் உதைக்கும் நுணுக்கம் இவனுக்கு மைதானத்தில்கூட நூறு சதவீதம் முழுமையான பலனைத் தரவில்லை. இது அவனைப் பொறுத்தவரையில் எதிரணியினரைத் திக்குமுக்காடச் செய்வதற்கான தனித்துவமான முயற்சிதான் என்பதால் ஆடத் தகுதியற்றவன் என்கிற முத்திரை இவன்மீது விழாது. அது தீவிர முயற்சியின் பொருட்டு அடையக்கூடிய ஒன்றுதான் என்பதால், அந்த முயற்சியை அவன் கைவிடவும் இல்லை.

II

முதல்நாள் இரவுவேலையை முடித்துவிட்டு அதிகாலையில் வீடு திரும்பியவன், பகலெல்லாம் தூங்கி எழுந்ததும், தன் மனைவியிடம், “இன்றைக்கு நான் வேலைக்குச் செல்லவில்லை வெரோனிகா” என்றான்.

“அடேயப்பா...! என்ன ஆச்சர்யம். நீங்கள் ஆல்ஃபிரடோதானா...? ஹலோ... மிஸ்டர். நீங்கள் ஆல்ஃபிரடோ தானா? வேலைக்குச்

செல்லவில்லை என்றா சொன்னீர்கள்?" சோபாவில் உட்கார்ந்திருந்த அவனது உடலைப் பிடித்துக்கொண்டு உலுக்கினாள்.

"ஆ... உடலெல்லாம் வலிக்கிறது வெரோனிகா. எனக்கு வயதாகிக் கொண்டிருக்கிறது. நான் அடிக்கடி சோர்ந்து போகிறேன். இனி இரவு வேலைக்குச் செல்லவேண்டாமென நினைக்கிறேன்."

"நல்ல முடிவு. ஃபிகோவின் விளையாட்டு வாழ்க்கை இனி அடுத்தக் கட்டத்தை எட்டிவிடும். அது நமக்கு ஓரளவு பொருளாதாரத்தையும் ஈட்டித்தரும். நீ இனி பறந்து பறந்து சம்பாதிப்பதைக் குறைத்துக்கொள்வது தான் நல்லது. உன் முடிவை நான் வரவேற்கிறேன்."

"நன்றி வெரோனிகா. இந்த முடிவை நான் யோசிக்கையில் உன் ஒத்துழைப்பு இல்லாமல் போனால் என்ன செய்வதென்று சற்று கவலைப் பட்டேன். அப்பா சாப்பிட்டாரா வெரோனிகா? எங்கே அவர்?"

"அர்த்தமற்ற கவலை ஆல்ஃபிரடோ. அப்பா நேரத்திலேயே சாப்பிட்டு தூங்கப் போய்விட்டார். நாம் சாப்பிடலாம்" என்றுவிட்டு எழுந்தவள், ஃபிகோவையும் அழைத்தாள்.

இரவு உணவை முடித்ததற்குப் பிறகு, "வெரோனிகா. அப்பா, பகலில் என்னவெல்லாம் செய்கிறார்? நீ அவரைக் கவனிக்கிறாயா?"

"பகல் முழுக்க நீ தூக்கத்திற்கு மத்தியில் விழித்தபோதெல்லாம் அவரைத் தானே கேட்டுக்கொண்டே இருந்தாய்? இப்போது சொல்கிறேன். நூலகத்திற்குச் சென்றுவருவார். வந்ததும், வீட்டில் ஏதாவது வேலையிருந்தால் சொல் வெரோனிகா. நான் செய்கிறேன் என்பார். சமயங்களில், காய்கறிகள் வெட்டித் தருவார். நீங்கள் ஓய்வெடுங்கள் அப்பா... நான் பார்த்துக்கொள்கிறேன் என்றாலும் கேட்கமாட்டார். வீடு முழுக்கத் தூசு தட்டி சுத்தப்படுத்துவார். மதிய உணவு முடிந்ததும் கொஞ்சம் தூங்குவார். மாலையில், நான்காவது ஃப்ளாட்டிலிருக்கும் அவரது சிறை நண்பருடன் சர்ச்சுக்கும், பார்க்குக்கும் சென்றுவருவார். ஃபிகோ பள்ளிக்கூடத்திற்கும், மைதானத்திற்கும் சென்றுவந்ததும் அவனுடன் எதையாவது பேசிக் கொண்டிருப்பார். முக்கியமாக அவர்களது உரையாடல், கால்பந்தாட்டத்தை மையப்படுத்தியேதான் இருக்கும். ஃபிகோவுக்கு, ஜினடின் போல பை-சைக்கிள் ஷாட் துல்லியமாக வராததைப் பற்றிச் சொல்வான். அதற்குக் காரணம் தன் காலில் விரல்களில்லாததுதான் என்றும் வருத்தப்படுவான். அவனுக்கு நம்பிக்கையளித்து அனுப்புவார். அவன் படிக்கப்போனதும் சிறிது நேரம் டி.வி. பார்ப்பார். பிறகு, நேரத்திலேயே இரவு உணவை

எடுத்துக் கொண்டு தூங்கப் போய்விடுவார். ஏன் திடீரென இன்றைக்கு இந்தக் கேள்வியைக் கேட்கிறாய்?"

"அம்மா இருந்திருந்தால் அவர் பொழுது அலுப்புத்தட்டாமல் கழிந்துவிடும். குடும்ப வறுமையையும் அவரது வயதையும் காரணம்காட்டி அவரது புத்தகங்களை விற்றுவிடச்சொல்லி என்னதான் அவர் முடிவில் பிடிவாதமாக இருந்திருந்தாலும் நாம் அதற்குச் சம்மதித்திருக்கக்கூடாது வெரோனிகா. அன்றைக்கு நான் அம்மாவின் மருந்துடன் வந்து நின்றபோது, பெரிய சிரமமில்லாமல் அம்மா தன் வலியிலிருந்து விடுதலையடைந்தார் அல்லவா? அதன் பிறகான ஒருநிமிட அமைதியான இடைவெளியில் அப்பாவின் அறையிலிருந்து புத்தகத்தின் தாள்கள் சலசலத்தன. அன்றைக்கு நான் அந்தச் சலசலப்பைக் கவனித்த அடுத்த நொடியில் அப்பாவின் கண்களைத்தான் கவனித்தேன். அவர் அம்மாவிற்கான கண்ணீரைச் சிந்திக் கொண்டிருந்தாலும், அந்தக் கணம் அவரால் நிலைகொள்ள முடியவில்லை. சட்டெனத் தன் அறைக்குள் நுழைந்தார். அம்மாவின் பிரிவைத் தாங்காமல் எதையோ செய்துகொள்ளப் போகிறாரென்றுதான் நான் எட்டிப் பார்த்தேன். ஆனால் அவர் விரித்து வைத்திருந்த புத்தகத்தின் இறுதிப் பக்கங்களை மேய்ந்துகொண்டிருந்தார்! அப்படி இருந்தவரிடமிருந்து நாம் புத்தகங்களைப் பிரித்திருக்கக்கூடாது. அம்மா இல்லாத இந்தத் தனிமையான நாட்களில் அவருடன் புத்தகங்கள் இருந்திருக்க வேண்டும். அது இல்லாமல் அவர் தனிமையில் வழிமாறிவிடுவாரோ என்று நான் பயப்படுகிறேன் வெரோனிகா. நாம் இன்னொருமுறைகூட ஃபால்கனிடம் கடன் வாங்கியிருக்கலாம். பெரிய தவறு செய்துவிட்டோம் வெரோனிகா."

"அன்றைக்கு மதுவிடுதிக்கு வந்தாரென்று சொன்னாயே... அதனாலா இந்தப் பயம்?"

"ஆமாம் வெரோனிகா. அன்றைக்கு அவருக்கு விருந்தளித்தவர் மறுமுறை குடிக்க வந்தபோது சொன்னார். அப்பா, அம்மாவை நினைத்து ரொம்பவும் புலம்பி அழுதாராம்."

"ஓ... நீ அதன் பிறகு அப்பாவிடம் பேசினாயா? பேசாமல் விட்டால் அவர் குற்ற உணர்விலேயே இருப்பார்."

"பேசினேன் வெரோனிகா."

"இயல்பாகத்தான் பேசினாயா? என்ன சொன்னார்?"

"அவர் வாயே திறக்கவில்லை வெரோனிகா. நான் பேசியதையெல்லாம் கேட்டுக்கொண்டார்."

“அப்படி என்ன பேசினாய் நீ? எங்கே சொல்?”

“கிளப்புகளுக்கு மத்தியிலான போட்டியில் ஃபிகோ தேர்வாகி யிருக்கும் இந்த நேரத்தில் அன்றைக்கு மதுவிடுதிக்கு வந்து குடித்தீர்களே அப்பா...? உங்களைக் குடிக்கக்கூடாதென மருத்துவர் எத்தனை கண்டிப்புடன் சொல்லியிருக்கிறார்? என்றேன். அடுத்த வாரத்தில் உங்கள் பேரன் முக்கியமான முதல் ஆட்டத்தில் பங்கேற்கப் போகிறானே... அதை நீங்கள் பார்க்கவேண்டாமா? முழு ஆரோக்கியத்துடன் நீங்களும் நானும் தொடமுடியாத உயரத்தை, சிறிய உடல் குறையுடன், அதை முறியடித்துத் தொடவிருக்கிறானே... அதை நீங்கள் பார்க்க விரும்பவில்லையா அப்பா...? இந்தக் காட்சியைப் பார்ப்பதற்காக நீங்கள் கண்ட கனவுகள் எவ்வளவு? இதற்காக நீங்கள் இழந்தது எவ்வளவென்று உங்களுக்குத் தெரியுமே? தயவுசெய்து இனி நீங்கள் மதுவிடுதிப் பக்கம் போகாதீர்கள். நான் எப்பாடு பட்டாவது நீங்கள் கட்டமைத்து வைத்திருந்த நூலகத்தை மறுபடியும் நிறுவி தருகிறேன். என்று கெஞ்சிக் கேட்டேன். தலையைத் தொங்கப் போட்டுக் கொண்டிருந்தவர் நிமிர்ந்தார். அவரது முகத்தில் ஒரு குறுஞ்சிரிப்பு கோணி வதங்கியது. மெல்ல என் கையைப் பிடித்துக்கொண்டார்” என்றுவிட்டுத் தன் மனைவியின் முகத்திலிருந்த பார்வையை வேறு பக்கமாகத் திருப்பினான்.

மிகவும் அமைதியான அந்தச் சூழலுக்கு மத்தியில் சொத் சொத்தெனக் குயவன் தன் உபகரணத்தால் பானையைத் தட்டி ஒழுங்குபடுத்தக்கூடிய சத்தம் தொடர்ச்சியாகக் கேட்டுக்கொண்டே இருந்தது. அதைக் கூர்மையாகக் கவனித்த ஆல்ஃபிரடோ, அச்சத்தம் பந்து தரையில் தட்டப்படும் சத்தம்தான் என்கிற முடிவிற்கு வந்ததும், “ஃபிகோ இன்னும் தூங்கவில்லைபோல வெரோனிகா” என்றான். அவள் ஆமாம் என்பதற்குள், இன்னதென்று வரையறுக்க முடியாத பெருஞ் சத்தமொன்று கிடுகிடுத்து அடங்கியது. ஆல்ஃபிரடோவும் அவனது மனைவியும் பயபீதியுடன் வாரிச் சுருட்டிக் கொண்டு அறையிலிருந்து வெளியேறினர்.

நடுக்கூடத்தை இணைக்கக்கூடிய ஃபிகோவின் அறை கதவு திறந்தும், உள்ளே முழு வெளிச்சமாகவும் இருந்தது. கூடத்தின் விளக்கைப் போட்ட ஆல்ஃபிரடோ, தரையின் வாட்டமான ஒரு மூலையில் கால்பந்து தன் போக்கிற்கு உருண்டுகொண்டிருந்ததைக் கவனித்தான். ஃபிகோவின் அறைக்குள் நுழைந்த வெரோனிகா, தன் பார்வையை அந்த அறையின் விதானத்திற்கும் தரைக்குமாக அளந்து பார்த்தபடியே நின்றாள்.

20

அன்றைக்கு மாலையில் ஆல்ஃபிரடோ, ஃபால்கனின் வீட்டுப் பொத்தானை அழுத்தினான். மிக அமைதியான அந்தச் சூழலில் பாத்திரம் உருள்வது போன்ற சத்தம் எழுந்து அடங்கிய சில நிமிடங்களில் சட்டையில்லாத உடம்புடன் ஃபால்கன் கதவைத் திறந்து வரவேற்றார்.

"வணக்கம் ஃபால்கன். ஏதோ வேலையாக இருக்கிறீர்கள் போல?"

"ஆமாம் ஆல்ஃபிரடோ. கொஞ்சம் சமையலறை வேலை. ஒருவழியாக முடிந்தது. அந்த நாற்காலியை இழுத்துப் போட்டு உட்காருங்கள்."

"நல்லது. ஜினடின் என்ன செய்கிறான்?"

"அவன் தூங்கிக்கொண்டிருக்கிறான். விழிப்பதற்குள் வேலையை முடிக்கவேண்டும் என்றுதான் இப்படிப் பறந்து பறந்து முடித்தேன். அவனுக்குச் சாப்பாடு இருக்கிறதோ இல்லையோ... நான் வாசிக்கவேண்டும்."

"ஆமாம். அதற்காகத்தானே நீங்கள் வேலையையே எழுதிக்கொடுத்து விட்டீர்கள்! சொல்லுங்கள் ஃபால்கன். எதற்காக என்னை அழைத்தீர்கள்?"

"இரண்டு நாட்களுக்கு முந்தைய இரவில் ஃபிகோ தன் அறையில் பை-சைக்கிள் ஷாட்டிற்காக முயற்சித்தானாமே...? அப்போது பந்து மேலே ஓடிக்கொண்டிருந்த மின்விசிறியில் மோதியதைக் கேள்விப்பட்டேன். வீட்டில் வேறேதும் விபரீதமாக நடந்துவிடவில்லையே?"

"ஓ... இதற்குத்தான் அழைத்தீர்களா... விபரீதமாக ஒன்றும் நடந்துவிடவில்லை. அறைக்குப் புதிதாக மின்விசிறி வாங்கவேண்டிய வேலையை வைத்துவிட்டான். அவ்வளவுதான்."

"அந்த விபத்திற்காக நீங்களோ உங்கள் மனைவியோ ஃபிகோவைத் திட்டினீர்களா?"

"இல்லை ஃபால்கன். எதை இழந்தாவது அவனைக் கால்பந்தாட்டக்காரனாக ஆக்கவேண்டும் என்பதுதான் எங்கள் குறிக்கோள். இந்தக் குறிக்கோளுக்காக என் அம்மா தன் உயிரையே கொடுத்திருக்கிறார். மின்விசிறி என்ன மின்விசிறி..."

“புரியவில்லை ஆல்ஃபிரடோ. அம்மாவிற்குச் சுவாச நோய் உண்டுதானே? மூச்சுத் திணறல் வந்துதானே இறந்தார்?”

“ஆமாம் ஃபால்கன். நீங்கள் சொல்லக்கூடிய தொந்தரவு அம்மாவுக்கு இருந்ததுதான். நான் வேலையின்றி அலைந்தபோது வீட்டில் ஃபிகோவின் கால்பந்தாட்டப் பயிற்சி தொடரத்தான் வேண்டுமா? என்கிற பேச்சு எழுந்தபோது, நாங்களெல்லாம் சமரசமடைந்து பின்வாங்கினோம். அப்போது அம்மாதான் பிடிவாதமாக இருந்தார்.”

“சரி... அதற்கும் அவர் இறப்பிற்கும் என்ன சம்பந்தம்?”

“இருக்கிறது ஃபால்கன். அவர் தனக்கான இன்ஹேலர் மருந்துச் செலவை எனக்கு வைக்கவேண்டாமென நினைத்திருந்திருப்பார்போல. நான் அப்படித்தான் நினைக்கிறேன்.”

“ஓ... புரிகிறது புரிகிறது ஆல்ஃபிரடோ. ப்ச்.”

“விடுங்கள் ஃபால்கன். நான் நினைத்தேன்... உங்களுக்கு ஏதும் அவசர பணத்தேவை ஏற்பட்டிருக்கும்... அதற்காகத்தான் அழைத்திருப்பீர்கள் என்று. அதனால்தான் நான் நேரில் வந்து சொல்லிக்கொள்ளலாமென உங்களது அழைப்பை ஏற்கவில்லை. கூடிய விரைவில் நான் வாங்கியதிலிருந்து ஒரு பகுதியையாவது உங்களுக்குத் தரப் பார்க்கிறேன்.”

“அட... என்ன ஆல்ஃபிரடோ நீங்கள்? இப்படித் தப்புத் தப்பாகக் கணக்குப் போடுகிறீர்களே என்னைப் பற்றி? எனக்குப் பணத்தேவை இருக்கிறதுதான். ஆனால் தற்போது அது நான் சமாளித்துக்கொள்ளக்கூடிய வகையில்தான் இருக்கிறது. எனக்குத் தேவையென்றால் நான் குறிப்பிட்ட நாட்கள் அவகாசத்துடன் உங்களுக்கு முன்கூட்டியே சொல்லிவிடுவேன். அப்போது உங்களால் முடியுமானால் ஏற்பாடு செய்துதாருங்கள். இல்லாவிட்டாலும்கூட என்னால் சமாளித்துக்கொள்ள முடியும்.”

“மிக்க நன்றி ஃபால்கன். உங்களை எனக்குப் புரிகிறது. ஆனால் உங்களிடம் பேசிக்கொண்டிருக்கக்கூடிய போதெல்லாம் நான் உங்களுக்குக் கடனாளி என்கிற குற்றவுணர்வே ஏற்படுகிறது. பொதுவாகவே இது என்னுடைய இயல்புதான். நான் இதை மாற்றிக்கொள்ளவும் முயற்சித்ததில்லை. காரணம், இந்தக் குறை என் பொறுப்பை உணர்த்திக்கொண்டே இருப்பதாக நான் நினைக்கிறேன். அது நிமித்தம்தான் நான் உங்களிடம் வாங்கியிருக்கும் கடனைத் தந்துவிடுவதாகச் சொன்னேன். தயவுசெய்து நீங்கள் தவறாக நினைக்கவேண்டாம்.”

“சரி… அதை விடுங்கள். போட்டி நெருங்கிக் கொண்டிருக்கிறது போல? ஃபிகோ நம்பிக்கையளிக்கக் கூடியவனாய் தெரிகிறானா? அவனிடம் பதற்றமிருக்கிறதா?”

“வெளியில் பார்ப்பதற்கு எப்போதும் போலத்தான் நடந்து கொள்கிறான். ஆனால் அவன் மனதுக்குள் என்னவெல்லாம் ஓடுகிறதோ?”

“ஜினடின்கூட அவனைப் பார்க்கவேண்டும் என்றான். முடிந்தால் இன்றோ நாளையோ வரச் சொல்லுங்களேன்.”

“ஃபிகோவும் ஜினடினைப் பார்க்கவேண்டும் என்று சொல்லிக் கொண்டுதான் இருக்கிறான். ஆனால் போட்டிக்கான நாட்கள் நெருங்கி விட்டதால் கிளப்பிலிருந்து அவன் வீட்டிற்கு வருவதே அபூர்வமாகிவிட்டது. நான் அவனை அவசியம் வரச்சொல்கிறேன்.”

கைகளை உயர்த்தி உடலுக்குள் பனியனை நுழைத்துக்கொண்டிருந்த ஃபால்கன், “ஆமாம். அவசியம் போட்டி நாளைக்குள் வரச்சொல்லுங்கள். ஜினடின் ஏதோ முக்கியமாக அவனிடம் பேசவேண்டுமாம்” என்றபடி சன்னலைப் பார்த்துவிட்டு, “ஹா… அதற்கு அவசியமே இல்லை. இதோ… அவனே வந்துவிட்டான் பாருங்கள். வா ஃபிகோ. நீ எங்குச் சென்றாலும் இந்தக் கிக்-சைக்கிளை விடமாட்டாய் போல? அதோ… அப்படி ஓரமாய் வை அதை. இப்பொழுதுதான் உன்னைப் பற்றிப் பேசிக்கொண்டிருந்தோம்.”

“ஆமாம் அங்கிள். இந்தக் கிக்-சைக்கிள் எனக்கு இன்னொரு கால் போல ஆகிவிட்டது. இதற்காக நான் ஜினடினுக்கு மிகவும் கடமை பட்டிருக்கிறேன்” என்றான்.

ஃபால்கன் அவனது முதுகில் தட்டிக்கொடுத்தவாறு சிரித்துக் கொண்டார்.

ஆல்ஃபிரடோ கேட்டான், “ப்ராக்டீஸ் முடிந்ததா ஃபிகோ. இன்றைக்குச் சீக்கிரம் வந்துவிட்டாயே?”

“மழை அதிகம் பெய்வதால் விழுந்து காயம் ஏற்படுத்திக்கொள்ள வேண்டாமென இன்றைக்கு மட்டும் ப்ராக்டீஸ் வேண்டாம் என்றுவிட்டனர் அப்பா” என்றுவிட்டு, ஃபால்கனைப் பார்த்து, “ஜினடின் தூங்கிக்கொண்டா இருக்கிறான் அங்கிள்?” என்றான். பிறகு, அவனது அறைப்பக்கமாகத் திரும்பினான்.

“ஆமாம் ஃபிகோ. ஆனால் அவன் விழிக்கும் நேரம்தான் இது” என்றார்.

அப்போது உள்ளேயிருந்து ஜினடின் ஃபிகோவை அழைத்தான். ஃபால்கன், வழியனுப்பும் சேவகனைப் போல உடலை வளைத்து ஜினடினின் அறைப்பக்கமாக இரு கைகளையும் துடுப்புபோலச் செலுத்தினார். அவரது செயலைக்கண்ட ஃபிகோ, சிரித்தபடி உள்ளே போனான்.

"ஏய்... ஃபிகோ. எப்படி இருக்கிறாய்? உட்கார் இப்படி. போட்டிக்குத் தயாராகிவிட்டாயா? அன்றைய இரவில் நீ பை-சைக்கிள் ஷாட் அடிக்கிறேனென்று மேலே ஓடிக்கொண்டிருந்த மின்விசிறியை உதைத்து ஒன்றுக்கும் உதவாமல் செய்துவிட்டாயாமே?"

ஜினடின் கேட்டதற்குப் பிறகு ஃபிகோ பாவப்பட்ட முகமாக உட்கார்ந்திருந்தான். அவன் எதுவும் பேசவில்லை.

"சரி... அதைவிடு. நீ விளையாடக்கூடிய ஆட்டத்தைப் பார்க்க நானும் வரப்போகிறேன் தெரியுமா?"

"வாவ்...! அப்படியா ஜினடின்? உண்மைதானா நீ சொல்வது?"

"ஆமாம். உனக்கு என்மீது நம்பிக்கை இல்லையென்றால் என் அப்பாவைக் கேள்."

"இந்த விசயத்தில் நான் உன்னை நம்பவில்லைதான். நான் அங்கிளிடமே கேட்கிறேன். "அங்கிள்... என் மேட்சைப் பார்க்க ஜினடினும் வருகிறானாமே?"

ஃபிகோ கேட்டதும், ஆல்ஃபிரடோ, புருவமேட்டை உயர்த்தி ஃபால்கனை வியப்புடன் பார்த்தான். ஃபால்கனின் பதிலுக்காகக் காத்திருந்த ஃபிகோ, ஆமாம் என்றதும் தன் உடலை நேராக்கிக் கொண்டு, ஜினடினைப் பார்த்து நன்றி தெரிவித்தான்.

"ஃபிகோ. உனக்குப் பை-சைக்கிள் ஷாட் அடிப்பதில் ஏதோ சிக்கலென்று நினைக்கிறேன்."

"இல்லை ஜினடின். வழக்கமாக அந்த ஷாட்டை நான் லாவகமாக, மிக நேர்த்தியாக அடிப்பேன். ஆனால் நீ அடித்த விதம் புதுமையாக இருக்கிறது. அந்த நுட்பத்திற்குத்தான் நான் மிகவும் தடுமாறுகிறேன்."

"ஹா... அதில் ஒன்றுமே இல்லை ஃபிகோ. அதோ... அந்த லேப்-டாப்பை கொஞ்சம் எடு. நான் எப்படி என்று உனக்கு விளக்குகிறேன்.

21

மழைக்காலம் முடிவுக்கு வந்துவிட்ட இந்த நாளில் சூரியக்கீற்றும் ஈரப்புழுதியும் தவணைமுறையில் தன் பங்களிப்பை நிகழ்த்திக்கொண்டே இருந்தன. மாலை ஆறுமணிக்குத்தான் போட்டி என்றாலும், ஃபிகோ காலையிலேயே தன் அணியினருடன் ஐக்கியமாகியிருந்தான். ஆல்ஃபிரடோ, தன் மனைவி மற்றும் அப்பாவுடன் மதியம் மூன்று மணிக்கெல்லாம் போட்டி நடக்கக்கூடிய மைதானத்திற்குள் நுழைந்துவிட்டான். அங்கே அவன் ரசிகர்களின் முகங்களிலும் உடல்களிலும் ஓவியத்தை வரைந்துகொடுத்துச் சம்பாதிக்கத் தொடங்கியிருந்தான்.

பதினாறு வயதிற்குட்பட்டோருக்கான போட்டிதான் என்றாலும் சாவ்-பாவ்லோ நகரின் முக்கியக் கிளப்புகளுக்கிடையேயான போட்டி என்பதால், மஞ்சள் நிற கழுத்துப் பனியனுடன் உள்நாட்டு ரசிகர்களின் வரத்து அதிகரித்துக்கொண்டேயிருந்தது. குறிப்பாக, சிறுவர்கள் அவரவரின் வருங்காலக் கனவுகளுடன் வந்துகொண்டிருந்தனர். ஆர்வ மிகுதியில் தங்களது இசைக் கருவிகளுடன் வந்திருந்த கலைஞர்கள், மைதானத்தின் அத்தனை திசைகளிலும் உற்சாகமான பங்களிப்பைத் தொடர்ந்து நிகழ்த்திக் கொண்டிருந்தனர்.

சுமார் நாலரை மணிக்கெல்லாம் ஃபால்கன் தன் மனைவியுடன் ஜினடினையும் அழைத்துக்கொண்டு வந்திருந்தார். வண்ண வண்ண டப்பாக்களுடன் தூரிகையைப் பிடித்துக்கொண்டுவந்த ஆல்ஃபிரடோவிடம், ஜினடின் தன் இரு கன்னங்களிலும் மஞ்சள் நிற பந்தையும் அதை பை-சைக்கிள் ஷாட்டில் எத்துவது போன்ற ஒரு சிறு உருவத்தையும் வரையச் சொன்னான். அவர் வரைவதைப் பார்த்த ஃபால்கன், தன் உடம்பில் தொங்கிய கிடாரின் கம்பிச் சரத்தை இழுத்துப் பிடித்திருந்தபடி அப்படியே நிறுத்தியிருந்தார். அந்த வியப்பிலிருந்து அவர் வெளியேறுவதற்குள், ஆல்ஃபிரடோ, அதுவரையில் தான் சம்பாதித்திருந்ததை எடுத்து அவரது பையில் திணித்துவிட்டு கூட்டத்திற்குள் நுழைந்துகொண்டான்.

ஐந்து மணியைக் கடந்ததும் மைதானத்தைச் சுற்றியிருந்த விளக்குகளையும், அரங்கத்தின் மேற்கூரையிலிருந்த விளக்குகளையும் எரியவிடத் தொடங்கியிருந்தனர். அரங்கத்தின் ஒலிபெருக்கியில் போர்த்துகீசிய மொழியில் பரபரப்பான ஆண் குரல் ஏதோ சம்பிரதாயத் தகவல்களையெல்லாம் கொட்டிக்கொண்டிருந்தது.

ஆறு மணியை நெருங்கியபோது இரு அணி வீரர்களும் உடைமாற்றும் அறையிலிருந்து அகலமான படிக்கட்டுகளில் உற்சாகத்துடன் இறங்கிவந்து, ஆடுகளத்தின் ஒரு பகுதியில் எதிரெதிரே அணிவகுத்து நின்றனர். அப்போது ஒலிபெருக்கியில் இரு கிளப்புகளையும் கட்டமைத்து நடத்திய முன்னாள் வீரர்களுக்கு ஒருநிமிட அமைதி அஞ்சலி செலுத்துவதென்று அறிவிக்கப்பட்டது. அந்த அறிவிப்பைக் கேட்டதும், ஆடுகளத்தின் எல்லைக்கோட்டை ஒட்டிய நாற்காலிகளில் இரண்டு கிளப்பிற்குமான மேலதிகாரிகளும் பயிற்சியாளர்களும், அதன் இன்னொரு பகுதியில் அமர்ந்திருந்த மாற்று ஆட்டக்காரர்களும் எழுந்து நின்றனர். அந்த ஒரு நிமிடத்திற்கு அப்புறம், அணிவகுப்பிலிருந்த இரு அணியின் வீரர்களும், நடுவர்களுக்கும் தங்களுக்குள்ளும், மரியாதை நிமித்தமான, மரபான கைகுலுக்கலை முடித்தனர்.

பிறகு, செவ்வக வடிவ ஆடுகளத்தின் மையத்தில், நடுவர், இரு அணியின் கேப்டன்களையும் அழைத்து, யார் எந்தப் பாதியில் விளையாட விரும்புகிறார்களென்பதற்காகக் காசு சுண்டினார்.

களத்துக்குள் வீரர்கள் அங்கும் இங்குமாக ஓடிக்கொண்டிருந்தனர். பந்தை நடுக்கோட்டில் வைத்து, மணிக்கட்டைப் புரட்டி நேரத்தைப் பார்த்துக் கொண்டே இருந்த நடுவர், உதட்டில் பிடித்திருந்த விசிலை கழுத்து நரம்பு புடைக்க ஊதிவிட்டு, பந்து உதைக்கப்பட்ட திசையை நோக்கி ஓடினார்.

அரங்கத்தின் முதல் அடுக்கில் அமர்ந்திருந்த ஃபால்கன், தன் மகனிடமும் மனைவியிடமும், “நடுக்கோட்டிலிருந்து, முதலில் பந்தை எத்தியது யார் தெரியுமா?” என்றார். ஜினடின் உதட்டைப் பிதுக்கினான். அவரது மனைவியும் தெரியாதே… என்பதுபோலத் தோள்பட்டையை உலுக்கினாள். “நமது குடியிருப்புக்கு செய்தித்தாள் வீசுகிறானே அவனைத் தெரியுமா உங்களுக்கு?” என்றார் ஃபால்கன். “ஓ… அவரது மகனா அவன்?” என்றான் ஜினடின். “அப்படித்தான் இருக்கும்” என்றாள் அவரது மனைவி. “செய்தித்தாள் வீசக்கூடியவன்தான் அந்தப் பந்தை உதைத்தவன்” என்றார் ஃபால்கன். ஜினடின் வியப்புடன் ஒருகணம் அவரைப் பார்த்துவிட்டு மைதானத்தைப் பார்த்தான்.

ஆட்டம் விறுவிறுப்புடன் நடந்துகொண்டிருந்தது. இந்த நாற்பத்தைந்து நிமிட முதல் பாதியின் ஏழாவது நிமிடத்தில், நடுவரிடம் மஞ்சள் அட்டை வாங்கி வெளியேறியவனுக்கு மாற்று ஆட்டக்காரனாக ஃபிகோ களத்தில் இறக்கப்பட்டான்.

முதல் வரிசை ஆட்டக்காரனாகத் தன் பங்களிப்பைச் சிறப்பாகச் செய்துகொண்டிருந்தவன், பந்தை இரண்டு முறை கோல் கம்பத்தை நோக்கியும் விரட்டியிருந்தான். ஆனால் அது எதிரணியின் கோல் கீப்பரின் சாமர்த்தியத்தால் கோலாகவில்லை.

"பந்தை அடுத்தமுறை கோல் கம்பத்தை நோக்கிக் கொண்டுசென்றால், ஃபிகோ அதை நிச்சயமாகக் கோலாக்கிவிடுவான் பார். அப்படிக் கோலாக்கி விட்டால் இந்தப் புல் தரையில் கால்களை மடக்கிச் சறுக்கிக்கொண்டே போவான். அவனைப் பின்னால் துரத்தும் வீரர்கள் சும்மாயிருக்க மாட்டார்கள். அவனை அப்படியே தூக்கி உயரத்தில் வீசிப் பிடித்துக் கொண்டாடுவார்கள் பார்" என்றார் அவனது தாத்தா.

"கோல் அடித்ததும் ஃபிகோ அப்படிப் பண்ணமாட்டான். என்ன செய்வான் தெரியுமா? அப்படியே இரண்டு கைகளையும் விரித்துக்கொண்டு வானத்தைப் பார்த்துச் சிலையைப் போல நிற்பான். வீரர்கள் அவன்மீது ஒருவர்மேல் ஒருவராக எம்பிக் குதித்தேறி கூம்பு கட்டுவார்கள் பார்" என்றான் ஆல்ஃபிரடோ.

"ஆமாம். நீ இப்படி வரைந்துகொண்டே இருந்தால் அந்தக் காட்சியையெல்லாம் பார்க்க முடியாது ஆல்ஃபிரடோ. போட்டி நடக்கக் கூடிய நேரத்திற்குள் சம்பாதித்தால்தான் உண்டு என்பதற்காக நீ காணக் காத்திருந்ததைத் தவறவிடப் போகிறாய் பார்" என்றாள் வெரோனிகா.

"நீ சொல்வது உண்மைதான் வெரோனிகா. ஆனால் நான் வரைந்து கொண்டிருந்தாலும், ஆட்டத்தின் நுண்ணிய அசைவுகளைக்கூடத் தவறவிடவில்லை. இதே மைதானத்திற்கு நீ உன் மீசைக்கார அப்பாவுடன் வந்திருந்தபோதும் நான் இப்படிப் படம் வரைந்துகொண்டுதானே இருந்தேன். அன்றுமுதல் தொடங்கிய நம் நட்பு பின்னாளில் காதலாக மாறியபோது, இப்படியான என் திறமையும் உழைப்பும் பிடித்துப் போனதுதான் காதலுக்கான காரணம் என்றாயே...? இப்போது என்னவோ சலித்துக்கொள்கிறாய்...? அதிலும் நாம் இப்போது வறுமையில்வேறு இருக்கிறோம்? உழைப்பினால் கிடைக்கக்கூடிய வருவாயை நாம் எதைக்கொண்டும் தவறவிடக்கூடாது வெரோனிகா" ஆல்ஃபிரடோ சொன்னபோது, அரங்க ஒலிபெருக்கியிலிருந்து, முதல் பாதி ஆட்டத்திற்கு ஒருநிமிடம் உபரியான நேரம் சேர்க்கப்படுவதாக அறிவிக்கப்பட்டது.

அந்த உபரியான நேரத்திலும் இரு அணிகளும் தங்களது கோல் எண்ணிக்கையைத் தொடங்கவில்லையென்றாலும், ஆட்டத்தின்

முதல் பாதியை முடிவுக்குக் கொண்டுவரவேண்டிய ஆட்ட விதியின் அடிப்படையில் நடுவர் தன் விசிலை ஊதினார்.

இரண்டாம் பாதி ஆட்டம் தொடங்குவதற்கு இடைப்பட்ட அந்தப் பன்னிரண்டு நிமிடமும் உள்ளூர் இசைக் கலைஞர்கள், பல்வேறு நாட்டின் இசைக் கருவிகளையும் வாசித்து மைதானத்தைத் தங்களது கட்டுப்பாட்டிற்குள் வைத்திருந்தனர்.

ஜினடினின் முன் வரிசையிலிருந்த ஒருவன், 'வவுசேலா' கருவியைக் கச்சிதமாக ஊதிக்கொண்டிருந்தான். அவனருகே இருந்த மற்றொருவன் தன் கழுத்தில் தொங்கவிட்டிருந்த உருளை வடிவத்திலிருந்த 'இலு டிரம்மை' தெரிக்கவிட்டுக்கொண்டிருந்தான். அவர்களது வாசிப்பிற்குள்ளாக இருந்த மரபை உணர்ந்த ஃபால்கன், கால்களையும் தலையையும் ஆட்டி ஆட்டி ரசித்தார். அது ஜினடினையும் ஆட்டிப்படைத்தது. அவன் தன்னையுமறியாமல் சக்கர நாற்காலியிலிருந்தவாறே உடலைக் குலுக்கிக்கொண்டான்.

கோல் கம்பத்திற்குப் பின்னால் நின்றபடி தன் கருவியை ஊதிக் கொண்டிருந்த பச்சைக் கண் சாலையோரக் கலைஞனைப் பார்த்ததும், ஆல்ஃபிரடோ, அவன் ஒருநாள் வீதியில் இசைத்துக்கொண்டு போன வரிகளை முணுமுணுக்கத் தொடங்கினான்.

மைதானத்திற்கு மேலிருந்து இறங்கிய மழைப்புழுதியை பொருட் படுத்தாது, முன்னும் பின்னும் ஓடியும், குதித்து எம்பியும், உடலை தங்களுக்குத் தகுந்தபடி வளைத்தும், இரண்டாவது பாதி ஆட்டத்திற்குத் தயாராகிக்கொண்டிருந்த வீரர்கள், களத்திற்குள் இறங்கினர்.

ஃபால்கன் தன் கிடாரில், 'ஹோலா... லா லா லா. லாலா லா லா லா... ஐ டேர் யூ...' வை வாசிக்கத் தொடங்கினார்.

இரண்டாவது பாதி ஆட்டம் தொடங்கிய ஏழாவது நிமிடத்தில், ஒருவருக்கொருவர் மோதிக்கொண்ட வீரர்களில் காயமுற்று துடித்த ஒருவனை, பாதுகாப்பான விரிப்பில் படுக்கவைத்து உள்ளே தூக்கிச் சென்றனர். ஒருநிமிடம் வரை நிறுத்தப்பட்டிருந்த ஆட்டம் மறுபடியும் தொடங்கியது.

அடுத்தப் பத்தாவது நிமிடத்தில், காயமடைந்தவனுக்கு மாற்று ஆட்டக்காரனாக இறங்கியவனுக்கும், செய்தித்தாள் வீசக்கூடியவனுக்கும் வாக்குவாதமாகி, கைகலப்புவரை சென்றபோது, நடுவர்களின் சமரசத்தால் ஆட்டம் நிறுத்தப்பட்டுத் தொடர்ந்தது.

இரண்டாவது பாதி நேர ஆட்டத்திலும் முப்பது நிமிடங்கள் வரையிலும் இரு அணியும் தங்களது கோல் எண்ணிக்கையைத் துவக்கவில்லை.

இசைக்குள் மூழ்கிக்கிடந்த மைதானம் முழுமையும் அப்போது அதிலிருந்து விடுபட்டு, ஆட்டத்தின் பக்கம் திரும்பியது. ரசிகர்கள் பெரும்பாலும் தங்களது கையில் செல்ஃபோனை வைத்துக்கொண்டு ஆட்டத்தின் போக்கைப் படம் பிடித்துக் கொண்டிருந்தனர்.

முப்பத்து நான்காவது நிமிடத்திலும், முப்பத்து ஏழாவது நிமிடத்திலும், ஒழுங்கு நடவடிக்கை காரணமாக இரு அணியிலிருந்தும், தலா ஒருவருக்குச் சிகப்பு அட்டையைக் கொடுத்து வெளியேற்றினார் நடுவர்.

அணிக்குத் தலா பத்து பேர் மட்டுமே ஆடிக்கொண்டிருந்தனர். முடிவை நோக்கித் திரும்புவதற்காக இரு அணியினரும் தீவிரம் காட்டினர். அதாவது, அனைவருமே முதல் வரிசையிலேயே விளையாட முற்பட்டனர்.

இரு அணியைச் சேர்ந்த பயிற்சியாளர்களும், மேலதிகாரிகளும் அரங்கத்தின் பக்கவாட்டிலிருந்த தங்களது இருக்கையிலிருந்து எழுந்து தங்களது அணியினருக்கு ஆலோசனைகளைக் கத்தியபடியும், பின்னர் இருக்கையில் அமர்ந்தபடியும் பரபரப்புடன் இருந்தனர்.

ஃபிகோவின் எதிரணியில் ஆடிக்கொண்டிருந்த செய்தித்தாள் வீசக்கூடியவன், தனக்குக் கிடைத்த அக்யூரட் பாஸை, இரண்டு கால்களுக்கு மத்தியில் இன்சைடு ஷாட்டில், கோலை நோக்கி எத்தினான்.

அரங்கத்திற்குள் உட்கார்ந்திருந்த ஒருவர், பந்தின் போக்கைக் கூர்மையுடன் கவனித்துக்கொண்டபடி, உதட்டைக் குவித்து, கோல்... என்று இரு கைகளையும் மேலே உயர்த்தியபடி தன் இருக்கையிலிருந்து எழுந்தார். ஆனால் அது கோலாகவில்லை.

முகத்தில் சுருக்கக் கோடுகளுடனும், சுருள்முடி முன் நெற்றியில் தொங்கியபடியும் அமர்ந்திருந்த இன்னொருவர், கால்களை விறைப்பாக வைத்துக்கொண்டு தடதடவென ஆட்டிக்கொண்டே இருந்தார்.

ஆட்டம் முடிவதற்கு இரண்டு நிமிடங்கள் இருந்தபோது, ஃபிகோ தனக்குக் கிடைத்த வாய்ப்பைத் தவறவிட்டான்.

அவனது தாத்தா தலையில் கைவைத்துக்கொண்டு உட்கார்ந்திருந்தார்.

ஆல்ஃபிரடோவின் முகத்திலும், வெரோனிகாவின் முகத்திலும் எந்த அசைவுகளும் இல்லை. அவர்கள் எச்சிலை விழுங்கியபடியே இருந்தனர்.

ஜினடின் தன் அப்பாவிடம், ஆட்ட நேரத்திற்குள் ஃபிகோ கோல் அடிப்பான் பாருங்கள் என்றான்.

ஆட்டம் முடிவதற்கு முப்பது விநாடிகள் மட்டுமே எஞ்சியிருந்தபோது, ஃபிகோவின் அணியில் ஃபார்வர்டு லைனில் சிறப்பாக ஆடக்கூடிய ஒருவன், பந்தை ஃபிகோவிற்கு 'அசிஸ்ட்' செய்தான்.

பந்தைக் கச்சிதமாக வாங்கிக்கொண்ட ஃபிகோவைச் சுற்றிலும் இரு அணி வீரர்களும் பரபரத்தனர்.

இருபது விநாடிகள் வரையிலும் பந்தைப் பறிகொடுக்காமல் தன் வசம் வைத்திருந்த ஃபிகோ, அதைக் கோலாக்கும் முயற்சியிலேயே இருந்தான்.

ஆட்டம் முடிவதற்குப் பத்து விநாடிகள் இருந்தபோது கிடைத்த வாய்ப்பை, கோல் கம்பத்தை நோக்கி, பை-சைக்கிள் ஷாட்டாக எத்தினான்.

கோல்... கோல்... கோல்... என்று அரங்கமே அதிர்ந்தது. ஆல்ஃபிரடோ. கையைப் பிசைந்துகொண்டு கோல் கம்பத்தையே பார்த்துக் கொண்டிருந்தான். அவனது அப்பா இரு கைகளையும் குஸ்திக்குத் தயாரான நிலையில் வைத்திருந்தார். வெரோனிகா கைகளால் வாயைப் பொத்திக் கொண்டு நின்றாள்.

இவர்களது இருக்கைக்கும் கீழ் வரிசையில் அமர்ந்திருந்த ஜினடின், தன் சக்கர நாற்காலியின் நுனிக்கு வந்திருந்தான். அவனது அம்மா அவனைப் பிடித்துக்கொண்டபடி பந்தின் மீது கவனத்தில் இருந்தார். வெற்றிக் கொண்டாட்ட இசைக்குறிப்புப் புள்ளியில் கிடார் நரம்புகளை அழுத்திப் பிடித்திருந்த ஃபால்கன், அதை விடுவதற்குக் காத்திருந்தார்.

ஃபிகோ உதைத்த ஷாட், கோல் கம்பங்களுக்கு மத்தியில் நின்றிருந்த கோல் கீப்பரின் இடப்புறமாகப் பாய்ந்தது. பந்தின் வருகையைக் கணித்த கோல் கீப்பரும், பந்தைப் பிடித்துவிடும் விதத்தில் கச்சிதமாக இடப்புறமாகவே தாவினான். ஆனால் கோலை நோக்கிப் பாய்ந்த பந்து அந்தரத்தில் கர்வ் ஆனது.

அது கோல் தானா...?